கலக்கல்

கலக்கல்

விடிவெள்ளி

தமரம்

தடகம்

- **தலைப்பு:** கலக்கல்
- **ஆசிரியர்:** விடிவெள்ளி
- **திருத்தப்பட்ட இரண்டாம் பதிப்பு:** தடாகம் வெளியீடு ஜூலை 2023
- Edited by Kannan .M and Muthu V. Prakash
- **வடிவமைப்பு:** கி. ஆஷா
- **அட்டை ஓவியம்:** Burial of St. Lucy, Caravaggio
- **முதற்பதிப்பு:** சமுதாயச் சிந்தனை செயல் ஆய்வுமையம் - ஏப்ரல் 1994
  26-ஏ, வாழைத்தோப்பு, சிந்தாமணிரோடு,
  மதுரை - 625 001.
  ஜீவநதி ஊற்று 2

Book Name & Author Name: *Kalakkal* by *Vidivelli*

© Vidivelli (Mary Stella)

Published by:

THADAGAM
No.112, First Floor, Thiruvalluvar Salai
Thiruvanmiyur, Chennai 600 041
Ph: +91-98400-70870
www.thadagam.com | info@thadagam.com

ISBN: 978-93-93361-73-8

Pages: 96

Published on July 2023

INR : 120

பதிப்புரை

தமிழின் முதல் தலித் தன்வரலாறாகக் கருதப்படும் பாமாவின் 'கருக்கு' (1992) வெளியான இரு ஆண்டுகளுக்குள்ளாகவே வெளிவந்த மற்றொரு தலித் தன்வரலாற்று நூல்தான் விடிவெள்ளியின் கலக்கல் (1994). இரு நூல்களையும் பதிப்பித்தது மதுரையிலுள்ள சமுதாய சிந்தனை செயல் ஆய்வு மையம். பாமாவின் கருக்கு பெற்ற கவனத்தையும் விமர்சனங்களையும் கலக்கல் பெறவில்லை. விடிவெள்ளி இதற்குப் பிறகு வேறு எந்தவொரு நூலையும் எழுதியதாகவும் தெரியவில்லை. நூல் உரிய கவனம் பெறாததும் அதற்கு ஒரு காரணமாக இருந்திருக்கலாம்.

இப்பொழுது வெளிவரும் இந்தப் பதிப்பில் தொடரமைப்புகள் சீர்படுத்தப்பட்டுள்ளன. கூறியதுகூறலாக இருந்தவை நீக்கப்பட்டிருக்கின்றன. பேச்சு வழக்கும் எழுத்து வழக்கும் குழம்பியதாக இருந்த பகுதிகள் ஒழுங்குபடுத்தப்பட்டிருக்கின்றன. முதல் பதிப்பிலிருந்த முன்னுரை, வாழ்த்துரை, அணிந்துரை, என்னுரை ஆகியவை எந்த மாற்றமும் செய்யப்படாமல் பின்னிணைப்பில் தரப்பட்டுள்ளன.

இன்றைய சூழலில் ஒரு சிறுபான்மைச் சமயத்தை, அதன் நிறுவனங்களை உள்ளார்ந்து மிகக் கடுமையாக விமர்சனம் செய்யும் ஒரு நூல் தவறாகப் பயன்படுத்தப்படக்கூடிய வாய்ப்புகள் இருக்கத்தான் செய்கின்றன. அதே சமயத்தில், இந்த நூலை வெளியிட்டதும் அதே சிறுபான்மைச் சமயத்தைச்

சேர்ந்த அமைப்பொன்றுதான் என்பதை நாம் நினைவில் கொள்ள வேண்டும். ஆனால், ஒரு தலித்தின் குரலும் வாழ்வும் என்றும் எந்தவொரு நிறுவனத்தின் ஒடுக்குமுறையையும் எதிர்ப் பதாகத்தான் இருக்கும் என்ற நம்பிக்கையில் இந்த நூலின் மறுபதிப்பு.

நூல் வெளிவருவதற்கு எங்களுடன் உரையாடி உதவிசெய்த திரு. மாற்கு அவர்களுக்கு நன்றி.

நூலை வெளியிட அனுமதி தந்த ஸ்டெல்லா மேரி (விடிவெள்ளி) அவர்களுக்கும், பூபால் ராஜ் அவர்களுக்கும் நன்றி.

1

“நீர்தான் தலித் சின்னப்பன் என்பவரோ?”

“நீர்தான் பிரான்ஸ் நாட்டு மிஷனரியோ?”

“வணங்காமுடி, நீ.”

“அது என் உடன்பிறந்தது.”

“குற்றம் சுமத்துகிறேன் உன்மீது.”

“என்னவென்று?”

“சேரிக்குச் செல்கிறாய்.”

“சேரிவாழ் மக்கள் என் மக்கள்.”

“கூட்டம் கூட்டுகிறாய்.”

“கூடிப் பேசுவது பிறப்புரிமை.”

“குழப்பம் உருவாக்குகிறாய்.”

“குழப்பம் செய்யாமல் உரிமை பிறக்காது.”

“கலகம் செய்கிறான், குழப்பம் விளைவிக்கிறான்” என்று இயேசுவின் மேல் குற்றம் சுமத்தவில்லையா?”

“பணிய மறுக்கிறாய்.”

“யாருக்குப் பணிய வேண்டும் நான்? நீதிக்கா? அநீதிக்கா?”

“பணியவைக்கிறேன் பார்.”

கற்பனை அல்ல, இது என் நைனாவுக்கும் அவர் ஆசிரியப் பணிபுரிந்த நிறுவனத்தின் மேனேஜர் பிரஞ்சு சுவாமியாருக்கும் நடந்த பேச்சு.

40 ஆண்டுகளுக்கு முன் பள்ளியில், பங்கில் என் தந்தைக்கு நிகழ்ந்தது.

ஒரு நாள்... மாலைநேரம். திண்டிவனம் வியாகுல மாதா ஆலயத்தில் என் நைனாவின் இதயத்தை ஒரு வாள் ஊடுருவியது. ஆசீர்வாதத்திற்கு மணியடிக்கிறது. நைனா ஆலயத்திற்குள் நுழைகிறார். கதிர்ப்பாத்திர எழுந்தேற்றத்தைக் கண்டவுடன் மண்டியிடுகிறார். மண்டியிட்டவரை மல்லாக்கத் தள்ளிவிடுகிறான் ஒருவன். 'ஏண்டா?' எனக் கேட்பதற்குள் "பறையன்களுக்குத் தனிச்சாலையிருக்கே... அங்கேபோ..."

திண்டிவனம் அன்னாள் உயர்நிலைப்பள்ளியில் நைனா 1935லிருந்து 23 ஆண்டுகள் ஆசிரியராயிருந்தார். பள்ளியின் வளாகத்திற்குள்ளேயே 'ஹோப்வில்லேஜ்' (Hope Village) என்னும் ஆசிரியர் குடியிருப்பு இருந்தது. அங்கே 23 வருடங்கள் இருந்தோம். பள்ளிக்குப் பக்கத்திலே சேரி இருந்தது. சேரியிலே தாழ்த்தப்பட்ட எம் இன மக்கள் இருந்தார்கள். இரவிலே நைனா அங்குச் செல்வார்.

சேரியிலே அவர் என்ன செய்தார்? என்ன பேசினார்? பொழுது சாயும் நேரம் நைனா பூனையைப் போல் ஹோப்வில்லேஜைக் கடப்பார். யார்கண்ணுக்கும்படக் கூடாதே. இரவு நாங்களெல்லாம் படுக்கையிலிருக்கும் நேரம் அவர் வீடு திரும்புவார். மறைமுகமாகக் கூட்டங்கள் நடந்தன. திட்டங்கள் தீட்டப்பட்டன. திண்டிவனம், சுற்றுப்புறக் கிராமங்கள், தூரத்திலிருந்த தாழ்த்தப்பட்டோர் குடியிருப்புகள்... இங்கெல்லாம் நைனாவுடன் ஒத்தகொள்கையுடைய ஆள்கள், ஒன்றுசேர்ந்து செயல்பட ஆரம்பித்தார்கள்.

விடுமுறை என வந்துவிட்டால் இரண்டு மூன்று நாள்கள் நைனா சுற்றுப்புறக் கிராமங்களுக்குச் சென்றுவிடுவார். அங்கு தலித் மக்கள் கூட்டங்கள் நடக்கும்.

"சாப்பாட்டுக்கு என்ன செய்தீங்க"

"போன இடத்தில் மக்கள் பசியோடையா அனுப்பிடுவாங்க? வயிறாரத்தான் சாப்பாடு போட்டாங்க." அவ்வப்பொழுது

கூட்டத்திற்கு அழைப்பதற்காகப் பொழுது சாய்ந்த நேரங்களில் ஆள்கள் வருவார்கள். வீட்டுப் பின்புறத் தோட்டத்தில் கலந்து பேசுவார்கள். கூட்டத்தில் பேசுவதற்கு நாள் குறித்து லெட்டர் வரும். ரொம்ப மரியாதையுடன் நைனாவை அழைத்துப் போவார்கள். வீட்டுக்கு வந்து விட்டுவிட்டுப் போவார்கள்.

திண்டிவனம் முன்னாள் எம்.எல்.ஏ. ஜெகநாதன், மதுராந்தகம் பிச்சமுத்து, செங்காடு ஐசக், மேளாண்டிகுப்பம் ஆரோக்கியசாமி, கூவத்தூர் சவரிமுத்து போன்றோர் நைனாவுடன் நெருங்கிய தோழமையுடன் தலித் இயக்கத்திலே செயல்பட்டார்கள். இவர்களில் சிலரும் இன்னும் சிலரும் நைனாவின் மாணவர்களே, அவரவர் இடங்களில் தலித் கூட்டங்களுக்கு ஏற்பாடு செய் வார்கள்.

தான் பிறந்த கெங்கப்பட்டில் காலாண்டு, அரையாண்டு, விடுமுறைக்கு எங்களை விட்டுவிட்டு அங்குள்ள மாந்தோப்பில் தலித் கூட்டங்கள்நடத்துவார். செங்கல்பட்டு, மகாபலிபுரம், மதுராந்தகம், தெல்லி, முகையூர், போளாண்டிகுப்பம் போன்ற இடங்களுக்குக் கூட்டத்திற்காகச் செல்வார்.

செயல்பாட்டின் உச்சக்கட்டமாக விழுப்புரத்திற்கருகில் உள்ள தெல்லியில் தலித் மாநாடு நடத்தப்பட்டது. அப்போது "உரிமைப் போராட்டம்" என்ற நூலை எழுதி நைனா வெளியிட்டார். இந்தச் செயல் அவர் வீட்டிற்கே தீ மூட்டப் போகிறது என்று அப்பொழுது அவர் அறியவில்லை.

பள்ளி நிர்வாகத்திலிருந்த பிரஞ்சு மிஷனரிகள், மேல்சாதிக் குருக்கள், மலையாள பிரதர்கள் நைனாவின் அசைவுகளைக் கவனித்துக்கொண்டிருந்தார்கள்.

சட்டையை உள்ளே போட்டு வேட்டியை அதன்மேல் கட்டவேண்டும். அது ஆசிரியர்கள் நிர்வாகத்தினருக்குக் காட்டவேண்டிய பணிவு என்று கருதப்பட்டது. நைனாவோ வேட்டிக்கு மேலே சட்டையைப்போட்டுக் கம்பீரமாக நடப்பார். இது தன்மானத்தின் அடையாளம் என்பார்.

தன்னைக்காட்டிலும் பத்துப் பதினைந்து வயது குறைந்த பிரதர்களைக் கூடப் பெயர் சொல்லக்கூடாதாம். அது மரியாதையில்லையாம். ஆனால் நைனாவோ ‘குட்மானிங், பிரதர் பேப்டிஸ்ட்’ என்று தோழமையோடு அழைத்து சலியூட் வைப்பார். அது சமத்துவம் என்பார்.

ஆனால், குருக்கள், பிரதர்களுக்கு நிமிர்ந்து நின்று ஒரு மனிதர் வளர்வது சரியாகப்படவில்லை. அவரைக் குனிய வைத்துப் பணியுமாறு செய்யவைப்பதே அவர்கள் பாரம் பரியமாகத் தெரிந்தது.

என் அம்மாவின் தாலிமேல் ஒரு குரு குறிவைத்தான். அன்று மக்களைப் பிரித்தாள, குருக்கள் கையாண்ட யுக்திகளில் ஒன்று சாதி அடிப்படையில் பாவ சங்கீர்த்தனத் தொட்டிகள், பள்ளி சாதிக்கு ஒன்று; பறையருக்கு வேறொன்று, அம்மா சங்கீர்த்தனைக் கூண்டுக்குச் சென்றார்கள்.

அம்மா: நான் பாவியாயிருக்கிறேன், என் பாவங்களை மன்னியும்.

சாமியார்: நீங்க சின்னப்ப வாத்தியார் மனைவிதானே?

அம்மா: ஆமாம், சாமி.

சாமி: உங்க தாலி பத்திரமா இருக்கணுமுனா, ஒங்க புருஷன ஒழுங்கா இருக்கச்சொல்லுங்க

அம்மா: என்ன சாமி சொல்றீங்க..?

சாமி: அவரு சேரிக்குப்போறத நிறுத்தச் சொல்லு. இத நான் சொன்னேன்னு வீட்டுக்காரருட்டே சொல்லாதே.

அம்மா: எப்படி சாமி சொல்லாம இருக்குறது... என் தாலி போகப்போகுதுன்னா, அவருகிட்ட சொல்லாம... வேற யாரு கிட்டே சொல்றது?

செய்திகேட்ட நைனா வெந்துபோனார். ஆனால் சாம்பலாகி விடவில்லை. சேரிக்குப் போவது அதிகரித்தது.

பள்ளிக்கூடத்திலும் பிரித்தாளும் யுக்தியை நிர்வாகத்தி லிருந்தவர்கள் பின்பற்றினார்கள். சின்னப்பனைச் சூழ்ந்து பலர் ஒன்றுதிரளக்கூடும் எனப் பயந்தார்கள். பால்பவுடர், பாடப்புத்தகம், சிபாரிசுக்கடிதங்கள், வேலைவாய்ப்புகள் இப்படிச் சலுகைகளை வாரி வீசினார்கள். அந்த வலைக்குள் பலர் சிக்கிக்கொண்டார்கள். சின்னப்பனைப் பற்றிய சிறுசிறு தகவல்களை அதிகாரக்கோட்டைக்குள் இருந்தவர்களிடம் சலுகை பெற்றவர்கள் எலிகளைப் போல் கொண்டுசேர்த்தார்கள்.

நைனாவுக்குக் காலிலே 'தொடைவாளைக்கட்டி' புறப்பட்டுப் புடம்வைத்து சீழ்கோர்த்தது. சென்னை பொது மருத்துவ மனையில் சேர்க்கப்பட்டார். இரணம் ஏற்பட்ட இடத்தில் குழி விழுந்தது, காலை எடுத்துவிட வேண்டும் என்றார்கள். நாங்கள் கதறினோம். மெல்ல இரணம் ஆறியபின் கால் திடமானது, திண்டிவனம் திரும்பினார். ஆனால் நைனாவின் வேலைக்கு முடிவுகட்ட நிர்வாகத்திலிருந்தவர்கள் திட்டம் தீட்டியிருந்தார்கள்.

ஈசிசேரிலே உட்கார்ந்தபடியே சில மாதங்களை நைனா ஓட்டிக்கொண்டிருக்கவேண்டியிருந்தது. ஆயினும் தேர்வுத் தாள்கள் வீட்டிற்கு வந்தன. நைனா திருத்தி அனுப்பிவைத்தார். திருத்தத்திலே திருத்தம் கண்டுபிடிக்க பூதக்கண்ணாடியைப் பயன்படுத்தினார்கள் தலைமையாசிரியரின் 'சால்ரா'க்கள். அங்குமிங்கும் சின்ன சின்ன திருத்தங்கள். ஆக மொத்தத்தில் கூட்டிப்பெருக்கினால் பெரிய பிழை. தான் மீண்டும் பள்ளிக் கூடத்தில் கால் எடுத்துவைக்காமல் தடுக்க சதித்திட்டம் நடை பெறுவது தெரிந்தது நைனாவுக்கு.

"25 ஆண்டுகள் மாடாக உழைச்சேனே... கன்றுக்குட்டிகளாகத் திரியும் என் சிசுக்களை எப்படிக் காப்பாற்றப்போகிறேன்?"

அப்பொழுது எங்கள் குடும்பத்தில் 9 குழந்தைகள். 3 ஆண்கள் 6 பெண்கள். அத்தனை பேரையும் எப்படிப் படிக்க வைப்பது? எங்கே போவது? என்ன செய்வது? 47 வயது நைனா

நடுநடுங்கினார். "எப்படிச் செய்துவிட்டார்கள்... எனக்கே இப்படியென்றால்... என்னைவிட தாழ்ந்துகிடக்கும் என் இனத்தவருக்கு என்ன நடக்கும்..."

"போ" என்று சொல்வதற்கு முன்னால் "போகிறேன்" என்று எழுதிக்கொடுத்தார்.

புறப்பட்டோம் நாங்கள். ஒரு வேனில் பாத்திரப் பண்டங்கள். "இப்படியுமா செய்வாங்க, இந்தச் சாமிமாரு பிரதருங்க..."

போளூரில் ஆயா வீட்டை அடைந்தோம். அது கலங்கிய எங்களுக்கு கானானூராக (Canaan) இருந்தது.

நைனா வேலை தேட ஆரம்பித்தார். சேத்துப்பட்டு டோமினிக் சாவியோ உயர்நிலைப் பள்ளிக்குச் சென்றார். ஒரு இத்தாலிய மிஷனரியைச் சந்தித்தார். அவர் அப்பாவின் சான்றிதழ்களைப் பார்த்தார். பள்ளிக்குச் சிறப்புச் சேர்ப்பார் என முடிவு செய்தார்.

வறுமையின் காரணமாகச் சேத்துப்பட்டுச் சேரியின் முகப்பில் ஒரு குடிசை வீட்டில் எங்கள் பட்டாளம் குடிபுகுந்தது. கோயிலில் போடும் மக்காச்சோளத்தையும் கோதுமையையும் நான் வரிசையிலிருந்து வாங்கவேண்டியதாயிற்று. கூழ் குடிக்க பிள்ளைகள் மறுத்தார்கள். என்னோடு ஒட்டி உறவாடிய தோழிகள் எங்கள் வீடு சேரியிலிருக்கிறது எனத் தெரிந்தவுடன் "அங்கேயெல்லாம் நாங்க வரமாட்டோம்."

திண்டிவனத்திலிருந்து பழைய தலித் தலைவர்கள் நைனாவைத் தேடி வந்துவிட்டார்கள். இயக்கத்திற்குப் பொறுப்பெடுக்குமாறு கேட்டார்கள்.

என் அண்ணன் குமுறினார்.

"சாதிசனம், கூட்டம்கீட்டமுனு போனா, நான் சும்மாயிருக்க மாட்டேன்."

அம்மா நாசுக்காக கெஞ்சினார்கள் "ஏங்க, நம்ம பட்ட வேதனையெல்லாம் போதுங்க... பிள்ளைங்க சின்னஞ் சிறுசுகளா இருக்குதுங்க... யாருங் கரையேறல... பிள்ளைங்களக்

கவனிங்க... பின்னாடி பார்த்துக்கலாம். இங்கே இருக்கிற சாமியாருக்கும் விரோதமாயிட்டா..."

வந்தவர்களிடம், "உங்களால் முடிந்ததை உங்க சூழ்நிலையில் நீங்கள் செய்துவாருங்கள். தற்சமயம் என்னால் முடிந்ததை இங்கு நான் செய்கிறேன். பிறகு பார்ப்போம்."

"சாமியார்கள எதுத்துக்கிட்டு உங்களால என்ன செய்ய முடியும்?" என்று மூத்தபிள்ளைகள் வாக்குவாதம் செய்தார்கள். "கடைசியாக எங்களச் சேத்துப்பட்டு சேரியில கொண்டுவந்து தள்ளிட்டிங்களே."

நைனாவோ மக்களைச் சகமனிதர்களாகக் கருதினார். அங்குள்ள பிள்ளைகளுக்கு டியூசன் எடுத்தார். ஆனால் அது காசு கொண்டுவரவில்லை. சேரி வாழ்க்கை எங்களைச் சித்திரவதை செய்தது. அம்மா இருமுறை டைபாய்டு காய்ச்சலால் பாதிக்கப்பட்டார்கள். மூத்த அண்ணனுக்கும் காய்ச்சல் வந்தது... வேலூர் பொதுமருத்துவமனையில் சிகிச்சை பெற்றார். என்ன நடந்ததோ... அவர் இறந்துவிட்டார். ஒரு மகள் சித்தபிரமைபிடித்தவள்போலானாள்.

நாங்கள் சேரியைவிட்டுத் தலைமை ஆசிரியர் இருக்கும் உயர்சாதிப் பகுதியில் வாடகை வீட்டுக்கு வந்தோம். இரண்டு பெண் பிள்ளைகள் ஆசிரியர் பயிற்சியை முடித்தார்கள். ஒருவருக்குத் திருமணம் நிறைவேறியது. மற்றொருவர் ஆசிரியர் பணிசெய்தார். தன் நண்பர் வழியாக ஒரு மகனை அமெரிக்காவில் படிக்க ஏற்பாடு செய்தார். நோய்வாய்ப்பட்ட பெண் தையல் பயிற்சிக்குப் போனாள். தையல் டீச்சர் ஆனாள். மணமுடித்தாள்.

நாம் எந்தவகையிலும் தாழ்ந்தவர்களல்ல என ஒவ்வொருவரையும் உணரச்செய்தார். மூத்த மகளை "ஔவை" என்பார். அவள் அறிவாற்றலை மெச்சி. நான் படிப்பிலும் தலைமையெடுப்பதையும் கண்டு 'ஆதி' என்றார். ஔவையைவிட ஆதி ஆற்றல் மிக்கவள் என்பார். அறிவாற்றல்மிக்க நகைச்

சுவையைப் பாராட்டி "படிக்காத மேதை" என்று நோயினால் படிக்கமுடியாதுபோன மகளைச்சொல்வார். எனக்கு அடுத் தடுத்த நான்கு பிள்ளைகளையும் பட்டதாரிகளாக்கினார். "நீங்க இவ்வளவு படிச்சிருக்கீங்க... உங்க மனைவி என்ன படிச்சிருக்காங்க?" என்று ஒரு சிஸ்டர் கேட்டபோது, "அவுங்க என்னைவிட அதிகம் படிச்சிருக்காங்க" என்று மனைவி மரியம்மாவின் பட்டறிவுக்கு மகுடம் சூட்டினார்.

எம் தலித் மக்கள் ஆலயங்களில் நடத்தப்படும்விதத்தைக் கண்டனம் செய்தார். சேத்துப்பட்டு லூர்து மாதா திருவிழா ஒரு கோலாகல விழாவாக நடக்கும். வடஆர்க்காடு, பாண்டிச் சேரி தலித் மக்களின் கூட்டம் புளிமூட்டைகள் போல் வந்து அப்பிக்கொண்டிருக்கும். தகதகக்கும் காகிதத்தால் ஜோடிக்கப் பட்ட தேர். மையத்தில் வெள்ளைவெளேரென்று மாதா சுரூபம். பட்டுச்சேலை அம்மாவை அலங்கரித்திருக்கும். போக்கஸ் லைட்டுகள், சீரியல் செட்டுகள், பூமாலைகள். மந்திரமாயம் நிகழ்த்தும் சாம்பிராணி தூபங்கள், ஆலய மணிகள். சுற்றி உழைப்பாளிகளின் வியர்வை நெடியோடு ஜனநெருக்கடி. சந்தடி. பரிதாபமான முகத்தோடு ஏழை பாழைகள். இந்த அப்பாவி ஜனங்கள் காணிக்கைகளைச் செலுத்தும். பூவாரி இறைக்கும். எரியும் மெழுகுதிரியைக் கொடுக்கும். காசை உண்டியலில் கொட்டும், கத்தகத்த குழந்தைகளைக் காணிக்கையாகக் கொடுத்துப் பொங்கும். சேவல் கோழியைக் கொடுக்கும். தலை, காது, கண், மூக்கு, நாக்கு, கை, கால், வயிறு எல்லாம் உலோகத் தகட்டில் செய்து பொருத்தனையாகக் கொடுக்கும், தாலியையும் கொடுக்கும்... இதையெல்லாம் வாத்தியார்கள் பீடத்தில் நின்று வாங்கவேண்டும். நைனாவின் மனதிலோ நமைச்சல் எடுக்கும்.

"இந்த ஏழை மக்களை இன்னும் அறியாமைக்குள் தள்ளு கிறார்களே இந்த சுவாமிமார்கள். எப்படி என் மக்களின் அறியாமைக்கும் அடிமைத்தனத்திற்கும் கைகொடுப்பது" என்று நைனா பொருமுவார்.

சில சாமியார்கள் பிரசங்கத்தில் மக்களை மண்டுகளாக நினைத்து ஏசிப் பேசிக்கொண்டிருப்பார்கள். அந்த நேரத்தில் ஆலயத்தில் அமர்வதே அவருக்குப் போராட்டமாக இருக்கும்.

கிறிஸ்துமசுக்குத் தட்டுப்பழத்தோடு சாமியார்களைக் கண்டு கொள்ள போக வேண்டும். மண்டியிட்டு ஆசீர்வாதம் வாங்க வேண்டும். என் நைனா மறுப்பார். "மண்டியிடவைத்தே நம்மை அடிமையாக்கிட்டானுங்க" என்பார். பக்திப்போர்வை போர்த்திக்கொண்டு, சாமியாருங்களுக்குத் தூபம்போட்டு, நாரதர் வேலை பார்ப்பவர்களோடு நைனா ஒட்டாமலிருந்தார்.

நைனா சேத்துப்பட்டிலே மௌனமாக எதிர்ப்பு வேலைகள் செய்துகொண்டிருந்தார். அவருடைய ஒத்துழையாமை அதிகாரக் குருக்களின் கறுப்புப் புத்தகத்தில் ஏறிக்கொண்டிருந்தது. நிர்வாகத்திலிருந்த இத்தாலிய குரு ஒரு கடிதத்தை அவரிடம் காட்டினார். "உன்னை வேலையில் சேர்க்கவேண்டாம் என எனக்கு அனுப்பப்பட்டுள்ள கடிதத்தைப்பார்" என்றார். "நான் பரிசேய வேடம் போட விரும்பாதவன், உண்மையென மனசில் பட்டவாறு வாழவேண்டுமென விரும்புகிறேன். என்பணியில் ஏதாவது குறையா, சொல்லுங்கள்" 13 ஆண்டுகள் அங்கே பணி யாற்றிவிட்டுத் திருவண்ணாமலையில் தன் சொந்த வீட்டில் வந்து தங்கினார்.

70ஆவது வயதில் 1980ஆம் ஆண்டு மே 5 அவர் மரணப் படுக்கையில் இருக்கும்போது சேத்துபட்டிலிருந்த இத்தாலிய குருவே அங்கும் பங்கு சுவாமியாராக இருந்தார். அடக்கச் சடங்கிலே ஓர் அந்நியனை அடக்கம்செய்வதுபோல் நடந்து கொண்டார். தந்தையை இழந்த நாங்கள், தலித்துகள், தரக் குறைவாகத் திருச்சபையில் நடத்தப்படுகிறோமே என்று குமுறி னோம். "நம்ம சார இந்தச் சாமியாருங்க தொந்தரவு செய்யாமயிருந்தா, தென்னாற்காடு அம்பேத்காராகச் செயல் பட்டிருப்பார்!" என்று அடக்கத்திற்கு வந்தவர்களில் சிலர் கண்ணீர் வடித்தனர்.

திருச்சபையில் ஒடுக்கப்பட்ட தலித் மக்கள் மீண்டும் ஒடுக்கப்படுகிறார்களே, ஏன்? திருச்சபை என்ற வீட்டில் தலித் மக்கள் வேலைக்காரர்களாக நடந்தப்படுகிறார்களே, ஏன்? பரலோகத்தில் இருக்கிற ஒரே தந்தையின் மக்கள் என்ற முறையில் சமமாக நடத்தப்படுவதில்லையே, ஏன்?

சமுதாயத்தின் அடிமட்டத்திலிருந்தவர்களைச் சீடராக்கிக் கொண்ட இயேசு, 'உங்களை என் நண்பர்கள் என்றேன்' எனச் சொல்லவில்லையா? குனிந்து அவர்கள் பாதங்களைக் கழுவ வில்லையா? "இஸ்ராயலில் சிதறிப்போன ஆடுகளிடமே செல்லுங்கள்" என்று ஒடுக்கப்பட்டோரை இலக்கு மக்களாக்க வில்லையா? இரண்டாம் வத்திக்கான் சங்க ஏட்டில் (Second Vatican Council) "இன்றைய உலகில் திருச்சபை-1" சொல்கிறது, "கடவுள் இவ்வுலகில் மானிடரோடு ஒன்றாக வாழ்ந்து இவ் வுலகைப் புதிதாகப் படைத்துக்கொண்டிருக்கிறார். இப்புதிய படைப்பின் போராட்டத்தில் திருச்சபை ஒடுக்கப்பட்டோர் பக்கம் நின்று, நிலைப்பாடு மேற்கொண்டு அவர்களுடைய மகிழ்வையும், நம்பிக்கையையும், ஏக்கத்தையும், கவலையையும், தனதாக்கிக்கொள்கிறது எனக் குறிப்பிடுகிறது. ஆனால், ஒடுக்கப்பட்ட மக்களின் விடுதலைக்காகவும் உரிமைக்காகவும் செயல்படமுனைந்த ஒரு சின்னப்பனைத் திருச்சபை என்ன செய்தது? அவர் வாழ்வின் ஆதாரமான வேலையின்மேல் கோடரியை வைத்தது. பொருளாதாரத்தை முடக்கியது. இக்கட்டான சூழ்நிலைக்குக் கீழே தள்ளியது. சார்புத் தன்மை யோடு வீட்டு நாயாகச் செயல்பட கட்டாயப்படுத்தியது. ஒடுக்கியாண்ட உரோமைப் பேரரசை ஆதித்திருச்சபை எதிர்த்துப் போராடியதுபோல் இன்று திருச்சபையை எதிர்த்தே ஒடுக்கப்பட்டோர் போர்தொடுக்கவேண்டியுள்ளது என்றே நான் உணர்கிறேன்.

2

13 வயதில் எங்கள் அம்மாவுக்குத் திருமணம் நடந்தது. "எங்க அப்பா, அம்மா எல்லாம் தென்ஆப்பிரிக்காவின் நெட்டால் (Natal) தேயிலைத் தோட்டத்தில் வேலை பார்த்தவுங்க. நிறைய நகைநட்டு போட்டு என்னையக் கட்டிக்கொடுத்தாங்க... அட்டிகை, செயினு, காதுலகொப்பு, கம்மல், லோலாக்கு, புலாக்கு, மூக்குத்தி, தலையில் திருகுபில்ல, மாட்டலு, வளையல், மோதிரம், சேலை, புரோசர், கால் செயின், தண்டை, கொலுசு, காப்பு, ஒட்டியாணம், வங்கி... எல்லாம்போட்டுச் சீருஞ்சிறப்புமா என்னைக் கட்டிக்கொடுத்தாங்க..." என்று என் அம்மா தன் இளமைப் பருவத்தை விவரிக்கும்போது சொன்னார்கள்.

"நைனா வீட்டுக்குப் போகும்போது உங்க அனுபவம் எப்படி இருந்தது?"

"நைனாவின் அப்பாவும் அவர் தம்பியும் சுத்தியுள்ள காட்ட அழிச்சு விவசாயம் செய்தவுங்க. நிறைய வேலையாளுங்க கழனியில இருப்பாங்க. ஊரிலயே பெரிய வீடு நைனா வீடுதான். நான் திருமணஞ் செஞ்சு போகும்போது வீட்டில 400 கலம் நெல்லு, வேர்க்கடலை, கம்பு, எள்ளு, தொவரை, தானியங்க, ஏராளமா ஆடுமாடுங்க இருந்துச்சு. நானும் சின்ன மருமகளும் வீட்டு வேலைங்களப் பாத்துக்கணும், வீட்டாருக்குச் சமைக்கணும், மூத்த மருமக வேலையாள்களுக்குப் பெரிய பானையில கூழு கிண்டுவாங்க... நான் எல்லாருக்கும் பரி மாறணும்..."

“உங்க சின்ன தாத்தாவ ‘சூரன்’னு கூப்பிடுவாங்க. பிரஞ்சு மிஷனரிக வருவாங்க, ‘ஏய் என்ன ஈ...சுவரன்னு இந்து பேர வெச்சிருக்கே...னு அவரைக் கேட்டாங்க... சாமி இது கிறிஸ்துவப் பேர். ‘சர்வேசுரன்’னு சொல்லி அவங்க வாயை அடைச்சிட்டார். ‘உங்க அப்பா சொல்லுவார். எங்க அம்மா, அப்பா முன்னால நீ எங்கிட்ட பேசக்கூடாது... தள்ளியே நிக்கணும்...’ ஒரு நாளு நைனாவுக்குச் சாப்பாடு போடும்போது என் கையில காயத்த பார்த்திட்டு ‘என்னா’னு கேட்டார். ‘வடிச்ச தண்ணி ஊத்திக்கிச்சு’னு சொன்னேன். அவ்வளவுதான். அதுக்கப்புறம் ஒன்னுமே சொல்லல... மாமனார், மாமியாரு முன்னால மருமக்கமாருங்க கணவன்கிட்ட பேசக்கூடாது... எல்லா வேலையும் செய்ய கத்துக்கிட்டேன். திருமணமாகி இரண்டு வருஷத்தில நைனாவுக்கு வேல கிடைச்சு நாங்க திண்டிவனம் வந்திட்டோம். அவருக்கும் எனக்கும் பத்து வயசு வித்தியாசம். நைனா ரொம்ப திறமைசாலி. ஆறடி உயரம். மாநிற உடம்பு. வெள்ள வேட்டி, வெள்ள சட்டைதான் எப்பவும். பெரிய ‘ஸ்போர்ட்ஸ்மேன்’. கால்பந்து போட்டியில பரிசு வாங்கியிருக்காரு. கயிறு இழுக்கும் போட்டியில பரிசு வாங்கியிருக்காரு. மேடையில பேசும்போது ரொம்ப அழுத்தந் திருத்தமா பேசுவாரு. ஸ்கூல்லயுஞ் சரி, சுத்துவட்டாரத்திலேயுஞ் சரி, அவுங்க வீட்டிலயுஞ் சரி, நைனாவ ரொம்ப மதிப்பாங்க.” இப்படிச் சொல்லிக்கொண்டிருந்தவர்கள் குரல் கம்ம... கலங்கிய கண்ணோடு தயங்கினார்கள்,

“திண்டிவனத்தில அப்பாவுக்கு ஏற்பட்டது... அவரு மனசுல ரொம்ப வேதனை ஏற்படுத்திடுச்சு... பள்ளிக்கூடத்தில நைனா வுக்குப் பெரிய போராட்டம்தான். பிரஞ்சு சுவாமிமார்களும் மலையாள பிரதர்களும் அவரு திறமைய பாராட்டுனாங்க... கடமை உணர்வைப் புகழ்ந்தாங்க... ஆனா, அவரு சேரிக்குப் போறதையும், கூட்டம் போடுறதையும், அவுங்களுக்குத் தலை யாட்டி பொம்மையா இருக்க மறுக்கிறதையும் வெறுத்தாங்க... அப்ப இருந்தே அவருக்குப் பள்ளிக்கூடத்தில போராட்டந்தான். ‘கொஞ்சம் இணங்கித்தான் போங்களேன்னு சொன்னா...

எனக்கு அறிவுரை சொல்லுவாங்க. அவரு சொல்றது நியாய மாத்தான்படும். பல வாத்தியாருங்க சுவாமிமார்களுக்கு ஏத்தாப் புல ஒத்துப்போயி எதை எதையோ சாதிச்சுக்கிட்டாக... நைனா வோட சேருவதா, சுவாமிமார்களோட சேருவதானு அவுங் களுக்கே போராட்டமாயிருந்தது. ஏழைகள அன்புசெய்யுங்கோ... இயேசு ஏழைக்குடிலில் பிறந்தார்... ஏழைகளுக்குச் செய்தது... இயேசுவுக்கே செய்தது... இப்படியெல்லாம் கோயில்ல சொல்லு வாங்க, ஆனா அந்த ஏழ ஜனங்க மானத்தோட மரியாதையோட வாழ கத்துக்கொடுத்தா தப்புனு சாதிப்பாங்க"

"நைனா ரொம்ப கடமைவாதி. காலையில அஸ்தகாலம் அடிச்சவுடனே எழுந்திருச்சிருவாரு. நாங்க இரண்டுபேரும் முதல் பூசைக்குப் போயிடுவோம். திரும்பி வாரதுக்குள்ள பிள்ளைங்க எந்திரிச்சி ரெடியாகி இரண்டாவது பூசைக்குப் போகணும். திரும்பி வந்தவுடனே அவுங்கவுங்க இடத்துல உக்காந்து படிக்கணும். பியூகில் ஊதுன உடனே ஒவ் வொருத்தருக்கும் ஒரு வேலை இருக்கும். செய்துட்டு சாப்பிட்டு ஸ்கூலுக்குப் போவாங்க. நைனா மதியம் வந்து சாப்பிட்டு, ஈசிசேருல சிறிதுநேரம் அசந்திட்டு ஸ்கூலுக்குப் போயிடுவாரு. சாயங்காலம் வந்தவுடனே, ஏதாவது கொரிக்கிறதுக்கு இருக்கும். சாப்பிட்டு, டியூசன் எடுப்பாரு. அதன்பிறகு, பக்கத்துல உள்ள சேரிங்களுக்குப் போவாரு. இராத்திரி திரும்புற நேரத்துலதான் பிள்ளைங்கெல்லாம் படுத்த பிறகு ஸ்கூல்ல நடக்குற போராட் டங்களச் சொல்லி வருத்தப்படுவாரு. எதையும் எங்கிட்ட மறைக்க மாட்டாரு. நானும் எல்லாத்தையும் கேட்டு என் னால முடிஞ்ச ஆறுதல சொல்லுவேன். அவரோட போராட் டங்களெல்லாம் எனக்குத் தெரிஞ்சதினால... அவரையும் நான் புரிஞ்சுக்க முடிஞ்சது."

"சில நாள்ல நடுச்சாமம்வர மண்ணெண்ணை விளக்கில் படிச்சுக்கிட்டும் எழுதிக்கிட்டுமிருப்பார். இராத்திரி **12** மணிக்குப் 'பசிக்குது'ம்பார், 'என்னங்க இந்த நேரத்துல பசிக்குதுங்கிறிங்கனு கேட்டா...', 'மணி என்னம்மா?' என்பார். வேர்க்கடலை

அவருக்கு அதிகம் பிடிக்கும். கொடுத்தா, சாப்பிட்டுக்கிட்டே வேலை பார்ப்பார்."

"நைனா சேரிக்குப் போறது, கூட்டம் போடுறது பத்தி உங்கிட்ட என்ன சொல்வார்?"

"ஒருநாளு பிள்ளைங்க துணிமணி எடுக்கச் சொல்றாங்க... அவுங்க டீச்சர் பிள்ளைங்க விதவிதமா போட்டுவர்றாங்கனு அடம்பிடிக்குதுங்க... இப்படிச் சொன்னவுடனே அவர் பிள்ளைங்க எல்லாரையும் கூப்பிட்டுச் சொன்னார், 'சேரியில போயி பாருங்க... அந்த பிள்ளைங்க நிலமைய... இந்தக் குளிரில ஒரு கோணிப்பை கூட இல்ல போத்திக்கிறதுக்கு... மிளகாயக் கடிச்சுக்கிட்டுக் கஞ்சி குடிக்கிறாங்க."

'உரிமைப்போராட்டம்'னு ஒரு சின்ன புத்தகம் வெளி யிட்டார். சேரியில கூட்டம் முடிச்சு, களைச்சுப் போயிவருவார். கூட்டங்களைப் பற்றி அதிகமாக யாரிடமும் பேசமாட்டார். சாதாரண காரக்குழம்பு வச்சாலும் அருமையா இருக்குதுன்னு ஆசையாச் சாப்பிடுவார்.

விடுமுறை நாள்களில் கூட்டங்களுக்குப் போவார். மகாபலி புரம், செங்கல்பட்டு, மதுராந்தகம், மோளாண்டிகுப்பம், ஒதியத்தூர், கெங்கப்பட்டு... ஒவ்வொரு இடத்துக்குப் போயிட்டு வரும்போது சாப்பிட்டீங்களான்னு கேட்டா, 'நம்ம ஜனங்க பசியோடையா அனுப்பிடுவாங்க'. கூட்டத்துக்குப் போகும் போது வழக்கமா ஆளுங்க வந்து கூட்டிக்கிட்டுப் போவாங்க... திரும்ப வந்துவிட்டுட்டுப்போவாங்க. கூட்டத்துல பிசுறு இல்லாம பேசுவார். குரலு கணீர்கணீர்னு இருக்கும்."

அவரோட மாணவன் ஒருவன் தன் திருமணத்துக்கு வீட்டி லேயே வந்து பத்திரிகை வச்சான். "கண்டிப்பா நீங்க வரணும், சார்"னு வற்புறுத்திக் கேட்டான். "நான் இதுவரைக்கும் ஒரே ஒரு கலியாணத்துக்குத்தாம்பா போயிருக்கேன்", "யார் கலி யாணத்துக்கு சார்?"

"என் கலியாணத்துக்கு மட்டுந்தாம்பா."

"கூட்டங்களுக்குப் போறதைத் தவிர சடங்கு, சாங்கியம், சம்பிரதாயம் எதுக்கும் போகமாட்டார்."

"மகன் அமெரிக்காவிலிருந்து டெரி காட்டன் சட்டை அனுப்பியிருந்தான். நல்ல நாளைக்காவது அதப் போடுங்கன்னு சொன்னா அற்பனுக்கு வாழ்வுவந்தா அர்த்தராத்திரியில கொடை பிடிப்பானாம்னு சொல்லிட்டு அந்தக் காட்டன் வேட்டி, காட்டன் சட்டையைத்தான் போடுவார்."

"சேரி மக்களிடம் நைனாவுக்கு இருந்த செல்வாக்கைக் கணக்கிட்டு, காங்கிரஸ்காரங்க காமராஜ் ஆள்கள் அவரைத் தேர்தலில் நிற்கும்படி கேட்டாங்க. திண்டிவனத்தில் வேலையை இழந்துபோனவுடனே பெரிய இடிவிழுந்தது போலிருந்தது. வேண்டாமுனு சொல்லிட்டோம்."

"பிள்ளைங்க மேல உயிரையே விடுவார். உங்க மக காரில் மாட்டிக்கிட்டானு யாரோ சொன்னாங்களாம், உடனே குளிச்ச ஈர வேட்டி துண்டோடு அப்படியே ஓடுனாரு. பிள்ளைங்க எல்லாரையும் நல்லா படிக்கவைச்சு வேலையில அமர்த்திடணுங் கறதே அவர் நோக்கமாயிருந்தது. பிள்ளைங்க நல்லா சாப்பிடணும் நல்லா படிக்கணும் இதுதான் அவருடைய கண்டிப்பா இருந்துச்சு."

"நீ எஸ்.எஸ்.எல்.சி. பாஸ் பண்ணிட்டேனு தங்கச்சி ஓடிவந்து எங்கிட்ட சொன்னா. பக்கத்தில் உட்கார்ந்திருந்த அவர் 'அதுக்கு ஏம்மா இப்படி ஓடியாந்து சொல்லணும்? அக்கா பெயிலாட்டாத் தானே ஆச்சரியம்' என்றார்."

"பிள்ளைங்க சுருபக் கயிற தவிர வேற எதையும் போட்டுக் கிறத அவர் விரும்பல. படிப்புத்தான் அணிகலனா இருக்கணும்."

"மூலிகைகள சேகரிச்சு மருந்து செய்வார். பிள்ளைங்களுக் கெல்லாம் மருந்து கொடுப்பார். தோட்ட வேலைகள விரும்பிச் செய்வார். காலையில கோயிலுக்குப்போயிட்டு வந்து தோட்ட வேலையில இருப்பார். தக்காளி, மிளகாய், பீர்க்கை, அவரை இவை மாதிரி வீட்டுக்குத் தேவையான காய்கறிகளப் போடுவார்."

“வாத்தியார் வீட்டுல எல்லா நாளும் ஒரே நாளுதான் என்று பக்கத்து வீட்டார் சொல்லுவாங்க. சம்பளம் வாங்கின நாளா யிருந்தாலும் மாதக் கடைசியாயிருந்தாலும் ஒரே சீரா போகணும் என்பது அவர் கண்டிப்பு. மாதக் கடைசியில உப்பு இல்லாட்டிக் கூட உப்புச் சட்டிய கழுவி ஊத்தியிருக்கேன். ஆனா, கடைசி வர கடன்னு ஒருத்தருட்ட போயி அவரு வாங்கினதில்ல.”

“ஒவ்வொரு பிள்ளையையும் படிக்கவைக்கிறதுக்கு, கட்டிக் கொடுக்கிறதுக்கு ஒவ்வொரு நகையாக் கொடுத்தேன். அத நான் திருப்பிக் கேட்டதில்ல. போயிடுச்சேனும் கவலைப்பட்டதில்ல. எந்த வீண்செலவும் அவர் செய்ததில்ல, நோய்வா இருக்கும் போதும் பிள்ளைகள ‘செட்டில்’ பண்ணுவதிலே கவனமா யிருப்பார். கடைசி பிள்ளையத் தவிர எல்லாருக்கும் மாப்பிள்ள பாத்துத் திருமணத்த முடிச்சார். கடைசி பிள்ளையைச் ‘செட்டில்’ பண்ணுவது, பெரிய மகனின் பொறுப்பில் ஒப்படைத்தார்.”

“அவருடைய பென்சன் எனக்கு ஈசியா கிடைக்கணுங்கிறதுக்கு எந்தெந்த வருசம் எங்கெங்கே வேலை பார்த்தார் என்பது போன்ற விசயங்களையெல்லாம் எழுதி, சாவதற்குச் சில மாதங்களுக்கு முன்பே என்னிடம் கொடுத்துவிட்டார்.”

“சாவதற்கு இரண்டு நாள்களுக்கு முன்னால, உன்னுடைய மனம் நோகும்படியா ஏதாவது செய்திருந்தா மன்னிச்சுக்கம் மான்னு கேட்டார். ஆனா நான் அவர்கிட்ட மன்னிப்பு கேட்க முடியாமப் போயிடுச்சு.”

“என் ராஜாவுக்கு ஏத்த ராணினு என் மாமியார் என்னப் புகழ்வாங்க”

“எங்க அம்மாவ அப்படிச் சொன்னது எவ்வளவோ உண்மைனு எனக்குத் தோணுது. இறுதிக்காலம் வரைக்கும் ஒற்றுமையா இருந்தாங்க, அந்தப் பெரிய கொசு வலைக்குள்ள இரண்டு பேரும் படுத்துக்கிட்டுப் பேசுவாங்க. எங்க அம்மா ஆலோசனை இல்லாம நைனா எதையும் செய்ய மாட்டாங்க. குறிப்பறிஞ்சு சொல்ல வேண்டியதை நயமா நைனாட்ட சொல்லுவாங்க.

நைனா கேட்டுக்கிருவார். அம்மா அஞ்சாம் வகுப்பு படிச்சிருந் தாலும் தெருப்பா பேசுவாங்க.

பிள்ளைங்க எல்லாம் பள்ளிக்கூடத்துக்குப் போன பிறகு வீட்ட ஒழுங்குபடுத்தி, அதத வக்கவேண்டிய இடத்துல வச்சிடுவாங்க. பிறகு மாட்டைக் கவனிப்பாங்க. மதிய சாப்பாட்ட சமைப்பாங்க. அதன் பிறகு விறகு சேகரிக்கப் போவாங்க. குழந்தை பிறந்த இரண்டாவது நாளே வேலை செய்ய ஆரம்பிச்சிடுவாங்க. அவுங்க தன்னையும் சுத்தமா வச்சிக்கிருவாங்க. வீட்டுக்குக் கட்ட சேலை, பாவாடை, பாடிஸ் ஒரு பெட்டியில் இருக்கும். இன்னொரு பெரிய பெட்டியில ஊருக்கு, கோயிலுக்கு நல்ல காரியங்களுக்குப் போகும்போது கட்டவேண்டிய செட்டுகள வச்சிருப்பாங்க. பெரிய வெள்ளிக்கிழமை கட்ட கறுப்புப் புடவை ஒன்ன மடிச்சு வைச்சிருப்பாங்க. சாதாரண வெள்ளிக் கிழமைகள்ல திருஇருதயத்தைக் குறித்து சிவப்புநாடா அணிந்து போவாங்க. சனிக்கிழமை மாதாவைக் குறிக்கும் வகையில புளூ நாடா அணிந்துபோவாங்க. சொரம்வந்தாக்கூட சொட்டர், மப்ளர் கட்டிக்கிட்டு தினசரி கோயிலுக்குப் போவாங்க.

"இரவு நேரங்களில் நைனா யோசித்துக்கொண்டும் எழுதிக் கொண்டும் இருக்கும்போது அம்மா ஜெபமாலையை மேசையின் மேல் அமைதியாக வைத்துவிட்டு வருவாங்க, அவரை ஜெபிக்கச் சொல்லி ஞாபகப்படுத்த. அவர் கடவுள் பக்தியிலிருந்து மெல்ல மெல்ல குறைஞ்சுவிடுவாரோ - என அம்மா அஞ்சினாங்க. கடவுள் பற்று அதிகரிக்க அதிகரிக்க பக்தி அதிகரிக்கக் கூடாது. இயேசுவைப் போல் செயல்பாடுகள் அதிகரிக்க வேண்டு மென்பார் நைனா."

"தலித் மாணவர்களை ஆசிரியப் பயிற்சிக்குத் தயாரிப்பது, மேல் படிப்பு படிக்க உந்துவது, தலித் ஆசிரியர்கள் தலித் மாணவர்களுக்கு ஊக்கமளிக்க வேண்டும் என வற்புறுத்துவது என்று ஓயாத சிந்தனையும் செயலுமாக இருப்பார். தலித் குருக்கள் உருவாக வேண்டும். தலித் ஆயர்கள் உருவாக வேண்டும் எனப் பேசுவார். தலித் மாணவர்களோ ஆசிரியர்களோ அநியாயமாக

நடத்தப்படும்போது நைனாவிடம் வந்து சொல்வார்கள். நைனா கொதிப்பார். எப்படிச் செய்யலாமென யோசனை செய்வார். துணிந்து சாமிமார்களையும் பிரதர்களையும் கேட்டுவிடுவார்."

"நைனா வேலையை இழந்தார். 25 வருடங்களாகப் பழகிய அந்த ஊரு, கோயிலு, பள்ளிக்கூடம், பழகினவுங்க இவைகளை யெல்லாம் விட்டுப் போகும்போது கண்ணீரும் கலக்கமுமா இருந்தது. ஆனா, நைனாவின் விடாப்பிடியான உறுதிப்பாடும் உண்மைக்காக எதிர்த்து நிற்கிறதும் எனக்குள்ள வளர்ந்துச்சு. நீ டீச்சராக ஆரணியில் வேலை பார்க்கிற. அங்கே இருந்த இத்தாலிய சிஸ்டர் உனக்கு சர்டிபிகேட் தர மாட்டேங்கிறாங்க. உன்னைய அவுங்க சபையில சேரச்சொல்லிக் கட்டாயப் படுத்தினாங்க. நான் நேரே அவுங்க அறைக்குப் போனேன். என்னைய உக்காரச் சொன்னாங்க. நிக்கிற மகளையும் முதல்ல உட்காரச் சொல்லுங்கனு சொன்னேன். அவுங்க என்னதான் இங்கிலீசுல பேசினாலும்... நீங்க ஒரு பிள்ளைய கட்டாயப் படுத்தகூடாது. அதுக்கு விருப்பமுனா அது முடிவெடுக்கட்டும். சர்டிபிக்கேட்டைக் கொடுங்கன்னு சொன்னேன். மறுப்புப் பேசாம கொடுத்திட்டாங்களே. நைனாவினால எனக்கு உண்மை நேர்மையினு படுறத எடுத்துச்சொல்வேன். பயப்படமாட்டேன்."

நான் டீச்சராக இருந்தபோது என் தங்கை ஒருத்தி போர்டிங்கில் படித்துக்கொண்டிருந்தாள். அங்கே அவள் வயசுக்கு வந்தாள். போர்டிங் சிஸ்டர்களோ போர்டிங் ஒழுங்குப்படி அவளை வீட்டுக்கு அனுப்ப முடியாது என்றார்கள். செய்தி கேட்டுக் காற்றாகப் பறந்து சென்றார்களாம் என் அம்மா. மகளை வீட்டுக்கு அனுப்பும்படி கேட்டார்கள். "எல்லாருக்கும் ஒரே ஒழுங்குதான். அனுப்ப முடியாது" என்றார்கள் சிஸ்டர்கள். "வயசுக்கு வந்த பிள்ளையின் தேவைகள் என்ன? அந்த நேரத் திலே அதுக்கு என்னென்ன சாப்பிடக் கொடுக்கணும். எப்படிப் பராமரிக்கணும்னு ஒரு தாய்க்குத்தான் தெரியும். நீங்க கண்டிப்பா என் கூடயே அனுப்பிவைக்கணும்" என்று அம்மா வாதாடினார்கள். கையோடு அவளை வீட்டுக்குக் கூட்டிவந்தார்கள்.

நைனாவோடு இருப்பதையே அலங்காரமாகக் கருதி அம்மா பூ, பொட்டு, மஞ்சள் போடுவதையெல்லாம் மெல்ல நிறுத்தினார்கள். நைனாவின் மனப்போராட்டம், எதிர்நீச்சல், அதனால் ஏற்பட்ட சோர்வுகள், இழப்புகள், கோபங்கள், கொந்தளிப்புகள்... அனைத்தையும் அம்மா புரிந்துகொண்டு இயேசுவுக்குப் பரிமளத் தைலம் பூசி எருசலேம் பயணத்திற்குத் திடப்படுத்திய மரியாளைப் போன்று அம்மாவும் இறுதிவரை செயல்பட்டதாக உணர்கிறேன்.

இவ்வாறு போய்க்கொண்டிருந்த வாழ்வில் நான் துறவுச் சபையில் சேர்ந்தேன்.

3

ஆரணியில் 10, 11ஆம் வகுப்புகளைப் புனித வளனார் மகளிர் மேல்நிலைப் பள்ளியில் படித்தேன். திருப்பத்தூர் இம்மாகுலேட் ஆசிரியப் பயிற்சிப் பள்ளியில் பயின்றேன். ஆரணியிலே மூன்று ஆண்டுகள் ஆசிரியப் பணியாற்றினேன். அந்த ஏழு ஆண்டுகளில் சிஸ்டர்களின் நிழலில்தான் நடமாடினேன்.

பள்ளியில் படிக்கும் நாள்களில் பேச்சுப்போட்டியில் கலந்து கொள்வேன். நாடகங்களில் நடிப்பேன். பள்ளியின் மாணவிகள் தலைவியாக ஏகமனதாகத் தேர்ந்தெடுக்கப்பட்டேன். ஞானோபதேசத் தேர்வில் பள்ளியில் முதல்மதிப்பெண் பெற்றேன். மாதா சபைக்குத் தலைவியாக்கினார்கள். போர்டிங் பிள்ளைகளுக்குக் கண்காணிப்பாளராக்கினார்கள். ஸ்டேஷனரிக்குப் பொறுப்பாளராக்கினார்கள், "யு ஆர் எ நன் வித்தவுட் எ வெயில்" (You are a nun without a veil) என்று ஒரு இத்தாலிய சுப்பீரியர் என்னை சொன்னார்கள். சலேசியத் தோட்டத்தில் நீ ஒரு மலராக வேண்டும் என எனக்குச் சொல்லப்பட்டது. "உன் குரல் நல்லாயிருக்குது, பூசைக்குப் பிறகு நீ ஞானவாசகம் படி" என்றார்கள். போப் எப்படித் தேர்ந்தெடுக்கப்படுகிறார்? லவ்ராவிக்கோனா (Laura Vicuna), மரியமசரெல்லோ (Maria Domenica Mazzarello), தோமினிக் சாவியோ (Dominic Xavier), தொன்போஸ்கோ (Don Bosco) இவர்களின் வரலாற்றை வாசிக்கவேண்டும். மாலை 5:30 மணிக்கு மீண்டும் ஞானவாசகமிருக்கும். இரவு படுக்கப்போகு முன் குட்நைட் டாக் (Good Night Talk). பிள்ளைகள் ஒருவர் ஒருவரைத் தொடக் கூடாது. தனி ஸ்நேகம் கூடாது. இரண்டு பேருக்கு இடையில் பாம்புபோவதாக எண்ணிக்கொள்ள வேண்டும் என்றார்கள்.

இந்த எண்ணங்களையெல்லாம் உதிர்க்கும் சிஸ்டர்களின் வாழ்க்கை வித்தியாசமானதாகவே இருந்தது. மேல்நாட்டுப் பொம்மைகளாக அவர்கள் மாற்றப்பட்டிருந்தார்கள். இந்த மண்ணில் பிறந்தவர்கள், சாதாரண எளிய குடும்பங்களிலிருந்து வந்தவர்கள் மீது இத்தாலி நாட்டில் குளிரில் நடுங்கும்போது போடவேண்டிய உடை மாட்டப்பட்டிருந்தது. அவர்கள் தங்கும் பங்களா... அதற்குள் அவ்வப்பொழுது மணியடிக்கும் சப்தம் கேட்கும், தூய்மையான வெள்ளை உடையில் சிஸ்டர்கள் நகர்வது தெரியும். அவர்கள் பேசும் ஆங்கிலம், நம் காது களுக்கு அந்நியமான மொழியாக விழும், அவர்கள் பாடும் பாடல்கள், சொல்லும் செபங்கள், குரல்கள்... எல்லாமே... வேறொரு நாட்டார் அந்த மறைவான இடத்தில் வாழ்வது போல் தோன்றும். அவர்கள் எப்பொழுதுமே இயந்திரமாக இயங்கிக்கொண்டிருப்பதைப் பார்க்கலாம். அவர்கள் உணவு வகைகளும் வித்தியாசமானதாக இருக்கும் என நாங்கள் கற்பனை செய்துகொண்டிருப்போம். அவர்கள் வாழ்க்கை ஒரு மோட்ச லோக வாழ்க்கையாக இருக்குமோ எனப் பிள்ளைகள் ஒரு பிரமிப்பில் இருப்பார்கள். சாதாரணமான மாணவிகளுக்கு சிஸ்டர்கள் வாழ்க்கையே ஒரு மாயாஜாலமாகத் தோன்றும்.

இயேசுவின் காலத்தில் கும்ரான் (Qumran), எஸ்ஸன்ஸ் (Essence) என்று இன்றைய துறவு சபைகளைப் போல் இரு சபைகள் இருந்தனவாம். மோயிசனின் சட்ட திட்டங்களை அணு பிசகாமல் கற்பதும் கடைப்பிடிப்பதும் அவர்கள் நோக்கமாக இருந்ததாம். அவர்கள்தான் யாவேயினால் (Yahweh) மீட்கப்பட்டவர்களாவர் எனக் கருதினார்கள். இவர்கள் ஊருக்கு ஒதுக்கமாக மதில்சுவர் எழுப்பிய மடத்தில் வாழ்ந்தார்கள். மீட்கப்பட்டவர்கள் எனக் காட்ட வெள்ளை உடை அணிந்தார்கள். காலையிலிருந்து மாலை வரை வரையறுக்கப்பட்ட முறைவேலைகளைச் செய்தார்கள். மக்களிடமிருந்து தங்களைப் பிரித்து அந்நியமாக்கிக் கொண் டார்கள்.

இதுபோன்ற புனிதமான வாழ்க்கையை இயேசு ஏன் தேர்ந் தெடுக்கவில்லை. மாறாக ஒடுக்கப்பட்ட மக்களோடு தம்மைக் கரைத்துக்கொள்ள அவர்கள் மத்தியில் வாழ்ந்தாரே, ஏன்? இந்த நிலையிலிருந்து சிந்திக்கும்போது மடத்தைப்பற்றி நான் கண்ட முதல் அனுபவம் எனக்கு ஓர் உண்மையைத் தெளிவுபடுத்துகிறது.

ஒடுக்கப்பட்டோரிடமிருந்து மெல்ல மெல்ல மக்களை அந்நியப்படுத்தும் அசுர சக்தி கொண்டது துறவு மடங்கள். வறுமையாக்கப்பட்டுள்ள நாட்டில் வாழும் நம்மவர்களில் நடுத் தரக் குடும்பங்களைச் சார்ந்தவர்கள் ஒடுக்கப்பட்டவர்களிட மிருந்து அதிகமாக அந்நியப்படுத்தப்படுகிறார்கள். ஒடுக்கப் பட்ட குடும்பத்திலிருந்து வரும் என் போன்றவர்களை ஒடுக்கப் பட்டோரின் விடுதலைக்காகச் செயல்படவிடாமல் மழுங்கடிக் கிறது துறவு அமைப்பு.

ஆதித்திருச்சபையில் கிறிஸ்துவன் என்றாலே புரட்சியாளன், தீவிரவாதி என உரோமையரசனால் கருதப்பட்டனர். இந்த வாழ்வுக்குள் நான் எப்படிப்போய் விழுந்தேன்?

4

‘அந்தப் படத்துல மலை உச்சியில் இருந்து ரஜினி குதிப்பாரு. குதிச்சு அந்த ரௌடிக்கும்பல சட்டினியாக்கிடுவாரு... தெரியுமா...’ இப்படி 12 வயது சிறுவன் சொன்னான். அவன் மழைக்குக்கூட பள்ளிக்கூடத்தில் ஒதுங்காதவன். கிராமத்துச் சேரியில் இருப்பவன். ரஜினி படத்தை நான்கு ஐந்து முறை பார்ப்பவன். திரைப்படத்தில் ரஜினி தோன்றும்போது சாக்லட்டை வீசுபவன். ஒரு நாள் ரஜினி படத்திற்குப் போக அவுங்க அம்மா காசு கொடுக்கவில்லையென்று மண்ணில் புரண்டு அழுதான்.

நடிகன் மலை மேல் இருந்து குதிப்பது ஒரு கேமிரா டிரிக். மலை சாதாரண அட்டையினால் உருவாக்கப்பட்ட செட்டிங். நடிகனை போன்ற பொம்மை மலை மேல்வைக்கப்பட்டு, கீழே விரலால் தள்ளிவிடப்படுகிறது. பின்பு உண்மையான நடிகன் தரையில் நிற்பதாகப் படம் எடுக்கப்படுகிறது.

இப்படியான தெளிவு ஏற்பட்ட பின்பு மாயைத் திரை மறைகிறது. அறியாமை அந்தரங்கத்திலிருந்து உண்மை மண்ணின் மேல் நிற்கிறோம். எதார்த்தங்களைச் சந்திக்கிறோம். மாயைக்குள் இருக்கும்வரை நம் நேரத்தையும் சக்தியையும் பணத்தையும் ஓட்டைப் பானையில் தண்ணீர் சிந்திக்கொண்டிருப்பது போல் விரையமாக்குகிறோம் என்றே எனக்குத் தோன்றுகிறது.

நானும் ஒரு துறவு மாயைக்குள் புகுந்தேன், அந்த மாயை என்ன?

ஏழு ஆண்டுகள் சலேசியப் (Salesian) பெண்துறவிகள் வாழ்க்கை மீது 12 வயது சிறுவனைப் போல், அதன் கவர்ச்சியில் மயங்கிய நான் அந்த உலகில் சேரவேண்டுமென

ஆசைப்பட்டேன். அதில் சேர எனக்கு எல்லாத் தகுதியும் இருப்பதாகச் சொன்னார்கள். நான் சேர்ந்தாகவேண்டுமென்றும் கட்டாயப்படுத்தப்பட்டேன். ஆனால் எனக்கு சேத்துப்பட்டிலே வேலைவாய்ப்புக் கிடைத்தது. பல ஆண்டுகளுக்குப் பின் வீட்டிலே தங்கி வேலைபார்க்க விரும்பினேன். இங்கேயும் ஒரு கான்வென்ட் ஸ்கூலில் வேலை கிடைத்தது. இங்குள்ள சகோதரிகள் வெறுங்காலில் நடந்தார்கள். தரையில் அமர்ந்தார்கள். பாயில் படுத்தார்கள். கையில் உண்டார்கள். அக்கா, தங்கச்சி என்றார்கள். இவர்கள் என்னைக் காந்தம்போல் ஈர்ப்பதாக ஒரு பிரமிப்பு ஏற்பட்டது.

மாயையில் வாழும் ரஜினி ரசிகன் ஒரு நாள் பக்கத்து ஊரில் ரஜினி படப்பிடிப்பு நடக்கிறது என்று கேட்டவுடன். தன் தோட்டத்து வேலையை விட்டுவிட்டுத் தலைகால் தெரியாமல் ஓடினான் ரஜினியைப் பார்க்க.

அவனைப் போல்தான் நானும். ஒரு சிஸ்டராகிவிட வேண்டும் என ஒரு பிடிவாதம் உருவானது. வீட்டிலே தடுத்தார்கள். அடம்பிடித்தேன். உண்ண மறுத்தேன். தடை நீங்கியது. நானே முயற்சி எடுத்துத் தேவையான இடத்தில் தொடர்புகொண்டேன். உடனே அழைப்பு வந்தது. தேவையானவைகளைச் சேகரிக்க ஆரம்பித்தேன், சொந்தக்காரர்களிடம் போய்ச் சொல்லிக்கொண்டேன். உடன் பணியாற்றும் ஆசிரியைகளிடம் விடை பெற்றேன். சிஸ்டர்களிடம் ஆசிபெற்றேன். அண்ணனின் கல்லறைக்குச் சென்றேன். நாளை காலை புறப்படவேண்டும். அன்று இரவு விடாமல் வயிற்றுப்போக்கு. மருத்துவமனையில் சேரவேண்டிய தாயிற்று. 15 நாட்கள் ஓய்வுக்குப்பின் புறப்பட்டேன். சபையில் சேர்ந்துவிட்டேன்.

சபையில் கால் வைத்தவுடன் "உதவித் தலைமையாசிரியர் பொண்ணாம். சலேசிய ட்ரெயினிங்... டீச்சர் வேலை பார்த்திட்டு வந்திருக்காங்க..." என்று பேசிக்கொள்வது காதில் விழுந்தது.

தூசி நிறைந்த வகுப்பறையில் படுக்கை, சாதாரண உணவு, முறைவேலை, செபம் என்று ஆரம்பமானது. இது நம் ஆசை களையும் சுகபோகங்களையும் கட்டுப்படுத்த... என்று எண் ணினேன்

முதல் நாள் காலை 1970 ஜூன் 16 ஆலயத்தில் முழங்காலில் இருந்தோம். சிலுவை வடிவில் கைகளை விரித்தோம். கருப்பு செப புஸ்தகத்திலிருந்து செபங்கள் சொல்லப்பட்டன. நானோ மயங்கி விழுந்துவிட்டேன். என்னை வெளியில் தூக்கிச் சென்றார்கள். முடியாதபோது அமர்ந்தே செபம்செய்யச் சொன்னார்கள்.

இந்த பிரமிப்பான வாழ்க்கையின் அன்றாட நிகழ்ச்சிகள்; காலை ஐந்து மணிக்குக் கட்டாயக் கண்விழிப்பு, 5-20க்குக் காலை தியானம், செபம், தொடர்ந்து திருப்பலி, ஞானவாசகம், காலைச் சாப்பாடு, பள்ளிப் புறப்பாடு, பாடபோதனை, மதிய உணவு, மீண்டும் பள்ளிக்கூடம், மாலை காபி, தோட்ட வேலை, மாலை செபம், செபமாலை, இரவு உணவு, ஓய்வாக 30 நிமிடம் அமர்ந்து உரையாடல், இரவு செபம். படுக்கை...

இதையே எத்தனை ஆண்டுகளாக இங்குள்ளவர்கள் செய்து கொண்டிருக்கிறார்கள்? இதனால் இவர்கள் வாழ்வில் என்ன மாற்றம் ஏற்பட்டுள்ளது? இவர்களால் ஒடுக்கப்பட்டுக் கிடக்கும் மக்களுக்கு என்ன நடக்கிறது? வாழ்க்கையே சப்பென்றிருக்கும் கஞ்சியாக இருக்கிறதே? ஒரு சிறைச்சாலை அமைப்புமுறைக்குப் புனிதம் பூசப்பட்டு இங்கு வாழ்க்கை நடக்கிறதோ எனத் தோன்றியது.

செயற்கையான சிரிப்பு. வறட்சியான அமைதி. மனத்தில் பட்டதை மறைத்து வைப்பது. உணர்வதை வெளிப்படுத்த தயங்குவது. சொல்லிக்கொடுக்கும் பாடங்களைச் சிறுபிள்ளையாக உள்வாங்க வேண்டிய நிலை. எதிர்மறையான எண்ணங்களைச் சொல்ல தடை. "விசுவாசமில்லை, அழைத்தல் இல்லை" என்று அடிக்கடி சொல்கிறார்களே; அதே காரணத்தை அப்படியே

நம் மீதும் கற்பித்துச் சொல்வார்களே என்ற தடுமாற்றம். இதனால் உண்மைகளைச் சொல்லவோ கேட்கவோ அங்கே இடமில்லை என்றே தெரிந்தது. "வீட்டுக்குத் திரும்பிவிடலாமா? வீட்டார் கேவலமாக நினைப்பார்களோ? வீட்டாருக்கு நான் பாரமாகிவிடுவேனோ? மீண்டும் வேலை கிடைக்குமா? 'முன் வைத்த காலைப் பின் வைக்காதே', 'கலப்பையில் கைவைத்தபின் திரும்பிப் பார்ப்பவன்..' போன்ற வசனங்களும் மனதில் மீண்டும் மீண்டும் பரபரத்து ஒலித்துக்கொண்டிருந்தன. யாரிடமாவது என் மனப்போராட்டத்தைக் கொட்டவேண்டும் எனத் துடித் தேன். பாவ சங்கீர்த்தனத்திற்கு ஒரு சாமியார் வந்தார். "நான்... சபையைவிட்டுப் போய்விட நினைக்கிறேன்" என்றேன். "நீ திறமையான பொண்ணு... உன்னை இறைவனுக்குக் காணிக்கை யாக்கு. உன்னை ஆண்டவர் அழைத்திருக்கிறார். அழைப்பைப் புறக்கணிக்காதே" என்றார்.

சபையின் போதனைகளையும், சட்டதிட்டங்கள், ஒழுங்கு முறைகளையும் உள்வாங்கினேன். முன்னரே ஆசிரியைக்குரிய பணித் தகுதி பெற்றிருந்ததுடன் இப்போது பி.ஏ. பட்டமும் பெற்றேன். இறுதி வார்த்தைப்பாட்டிற்குப் பிறகு, இரண் டாண்டுகள் விருப்பநிலைத் தலைவியாக (Aspirant Mistress) இருந்தேன். அங்கிருந்து மூன்றாண்டு இறையியல் கல்விக்காக உரோமைக்கு (Rome) அனுப்பப்பட்டேன். அங்குப் போகுமுன் ஒரு ஆயர் சொன்னார். "உரோமைக்குச் செல்பவர்கள் விசுவாசத் தோடு சென்று, விசுவாசத்தை இழந்துவிட்டு வருவார்கள்." திருச்சபையின் மையமாக இருக்கும் உரோமைக்கு வறுமை நாட்டிலிருந்து சென்ற நான் பார்க்க நேர்ந்த விசுவாச வெளிப் பாடுகள்: ஒடுக்கப்பட்டோருக்காக வாழ்ந்த கிறிஸ்துவின் கண் ணோட்டத்திலிருந்து அவற்றைப் பார்த்தபோது என் அக விசுவாச வேர் ஆட்டம்கண்டது. மயக்கத்திலிருந்து சிறிது தெளிவுபெற்றேன்.

5

இந்த வத்திக்கான் (Vatican) நகரில் மட்டும் என்ன வளமழை பொழிகிறது. திருச்சபை எத்துணையோ வளமையாயிருக்கிறதே. ராஜ மாளிகையில் நம் போப்பு இருக்கிறார். குட்டி அரண் மனைகளில் நம் கர்தினால்கள் (Cardinal). எங்கும் நம் அலங்கார ஆலயங்கள். செல்வம் நிறைந்த நம் தலைத் திருச்சபை. சின்ன குழந்தை அதிசயிப்பது போல் என் உணர்வுகள். நான் உள் வாங்கிக்கொண்ட வரலாற்று இயேசுவும்... இன்று நான் காணும் நிறுவனத் திருச்சபையும் அன்றைய ஆதித்திருச்சபையும் இன்றைய ஆலயங்களும் என் எண்ணங்களையும் உணர்வுகளையும் இரு அணிகளாக இருந்து பந்தாடின.

போப் ஒரு பேரரசர் போல், வத்திக்கான் அரண்மனை ஒரு பிரமிப்பை உருவாக்கியது. நான் போப்பைப் பார்க்கச்சென்ற அன்று, போலந்து நாட்டைச் சார்ந்த ஒரு முதியவர் படியேறிச் செல்லும்போது அந்தப் பிரமிப்பிலே மூச்சடைத்து இறந்து போனார். ஞாயிற்றுக்கிழமை மதியம் **12** மணிக்கு இராயப்பர் (St. Peter) பேராலய வளாகத்தில் வசதியானவர்களின் திருமணக் கூட்டம் போல் பல நாட்டு மக்கள் வண்ண உடைகளில் காத்திருப்பார்கள். பேராலய மணி ஒலிக்கும். மாளிகையின் உயரத்தில் உள்ள ஒரு விசேஷ ஜன்னல் கண்திறக்கும். போப் தரிசனம் தருவார். திரிகால ஜெபம் சொல்லப்படும். போப் நற்செய்தி நவில்வார். 'வீவா பாப்பா' (Viva Papa) என மக்கள் முழங்குவார்கள். ஜன்னல் கண் மூடப்படும்.

போப் பொதுமக்களைச் சந்திக்க திறந்த காரில் வரும்போது அவரை நெருக்கமாக... தூரமாக... வெகுதூரமாகப் பார்ப்பதற்கு மஞ்சள், ரோஸ், பச்சைநிற டிக்கெட்டுகள் வழங்கப்படும்.

இராயப்பர் பேராலயத்தில் பெருவிழாக்களிலும், புனிதர் பட்டம் வழங்கப்படும் விழாக்களிலும் அவர் திருப்பலிக்கு வரும்போது விளக்குகளின் ஒளிவெள்ளத்தால் அவர் சூழப் படுவார். மக்கள் கைதட்டி ஆர்ப்பரிப்பார்கள். கைதட்டாமல் மௌனமாக நின்றுகொண்டிருந்த என்னை என் பக்கத்திலிருந்த இத்தாலியப் பெண் “உனக்குப் போப்பைப் பார்ப்பதில் மகிழ்ச்சியில்லையா?” என்றாள். அவர் கையால் தேவ நற்கருணை வாங்க தனி அனுமதிச்சீட்டு வைத்திருக்கவேண்டும்.

புனித இராயப்பர் நாற்காலித் திருவிழாவின்போது இராயப்பர் அரியணை கவர்ச்சியாக அலங்கரிக்கப்பட்டிருக்கும். அரசர் போன்ற கோலத்தில் போப் வருவார். அரியணையில் அமர்வார். கீரிடமும் செங்கோலும் வழங்கப்படும். திருச்சபையின் திறவு கோல் இராயப்பரின்வழிவந்தவரிடம் மட்டுமே உண்டு என உறுதி செய்யப்படுவதாகத் தெரியும்.

அன்று 80% ஒடுக்கப்பட்ட மக்களின் ஆயனாக இருந்த நாசரேத்து (Nazareth) இயேசு, அதிகார மமதையில் அரசோட்சிய உரோமைப் பேரரசைக் கண்டனம் செய்த இயேசு, சின்னஞ்சிறிய சகோதர சகோதரிகளோடு நண்பனான இயேசு, நலிந்தோரின் நாயகனாகச் சம உரிமை கேட்டு எருசலேமை முற்றுகையிட்ட இயேசு, ஆளும் வர்க்கத்தை எதிர்த்ததால் சிலுவைச் சாவினைச் சந்தித்த இயேசு, இன்று நான் காணும் இயேசுவின் பிரதிநிதிக்குச் சவாலாக என் மனத்திரையிலே தோன்றி ஒரு போர் நடத்திக் கொண்டிருப்பதாகத் தெரிந்தது.

லொரேட்டோ (Loretto) என்ற இடத்தில் திருக்குடும்பம் வாழ்ந்த ‘புனித இல்லத்தைச்’ சம்மனசுகள் தூக்கிவந்தார்களாம். அதன்மேல் ஒரு ஆலயமும் எழுப்பப்பட்டுள்ளது. அங்குக் கபிரியேல் (Gabriel) சம்மனசு தேவமாதாவுக்கு மங்களவார்த்தை சொன்ன இடத்தில் ஒரு பீடமும் கட்டப்பட்டுள்ளது. லத்ரான் (Lutheran) ஆலயத்தில் இயேசுவின் பாடுகளின் போது பயன் படுத்தப்பட்ட ஆயுதங்கள் பராமரிக்கப்பட்ட ஆலயம் உள்ளது. லான்சியானோவில் (Lanciano) அப்பமும் இரசமும் இயேசுவின்

திருவுடலாகவும் இரத்தமாக மாறியதாகவும் ஒரு ஆலயம்... அசிசியில் (Assisi) பிரான்சிஸிடம் பேசிய திருச்சிலுவை தாங்கிய தமியான் (Damian) ஆலயம் என்கிறார்கள். கிளாராவின் அழி யாத உடல் தாங்கிய பெட்டகம்... பதுவையில் (Padua) அந்தோணியாரின் கல்லறை. அவரது அழியாத நாக்கு கொண்ட ஆலயம். என்றெல்லாம் வினோதமான கதைகளைக்கொண்ட ஆலயங்களைக் கண்டேன். அங்கெல்லாம் பயணிகள், பக்தர்கள், வேளாங்கண்ணி ஆலயத்திற்கு வருவது போல கூட்டம் இருந்து கொண்டேதான் இருக்கும். செபமாலைகள், சுருபங்கள், படங்கள், புகைப்படங்கள், நினைவட்டைகள், தீர்த்தம், தைலம், புனிதப்பொருள்கள் விற்கப்படுகின்றன. எங்கும் உண்டியல்களும் நீக்கமற இடம்பெற்றிருந்ததைக் கண்டேன்.

இத்தாலியில் மட்டுமல்ல, ஜெர்மனி, பிரான்ஸ், இங்கிலாந்து போன்ற நாடுகளிலும் போட்டி மனப்பான்மையில் விசித்திரமான கதைகளைக் கேட்கலாம். பாரிஸில் புனித கத்திரீன்லபோராவுக்கு (Catherine Laboure) மாதா தோன்றி, இரண்டு மணிநேரம் அமர்ந்து பேசிய நாற்காலி வைக்கப்பட்டுள்ளது. அதே ஆல யத்தில் வின்சென்ட் தெ பால் (Vincent De Paul) இதயம் தாங்கிய புனித பாத்திரம் உள்ளது.

பிரான்சிலுள்ள அவிங்ஞோனில் (Avignon) ***1309*** முதல் ***1376*** வரை போப்புகள் ஆட்சி செய்த மாளிகை பராமரிக்கப்பட்டு வருகிறது. கோலனில் (Cologne) மூன்று ராஜாக்கள் கல்லறை கட்டப்பட்டுள்ளது. இங்கிலாந்தில் வால்சிங்கம் (Walsingham) என்னும் இடத்தில் மாதாவின் ஆலயத்தில் The slipper chapel என்னும் இடத்திற்குப் பாதணியில்லாமல் பயணிகள் தபசாக நடந்துசெல்கிறார்கள். பொருத்தனை செய்கிறார்கள்.

இவற்றையெல்லாம் காணும்போது இயேசு எருசலேம் தேவாலயத்திற்குள் புகுந்து “என் தந்தையின் இல்லத்தை வியா பாரக் கூடமாக்கிவிட்டீர்களே” என்று சாட்டையால் அடித்து அப்புறப்படுத்திய நிகழ்ச்சி எனக்குள் மாறிமாறி வந்துகொண் டிருந்தது.

6

1981 முதல் *1984* வரை உரோமையில் இறையியல் பயின்றேன். வேடந்தாங்கல் பறவைகள் சரணாலயத்திற்குப் பல இடங்களிலிருந்து பறவைகள் வருவது போல் பல நாடுகளி லிருந்து கன்னியர்கள், சகோதரர்கள், குருக்கள் அங்கு வருகி றார்கள். இவர்களில் பெருங்கூட்டத்தினர் மூன்றாம் உலக நாடுகளைச் சார்ந்தவர்கள், வத்திக்கான் வழங்கும் சலுகைப் பணத்தில் படிக்க வருபவர்கள். இங்குள்ள பல்கலைக்கழகங்கள், நூலகங்கள், அருங்காட்சியகங்கள் வத்திக்கான் நகரைச் சார்ந் தவை. இப்பல்கலைக்கழகங்களில் பேராசிரியர்களாக இருப் பவர்கள் முதலாம் உலக நாட்டைச் சார்ந்தவர்களே.

வறுமையாக்கப்பட்டுள்ள நாட்டில் ஒடுங்கிக் கிடக்கும் மக்கள் நிலையை அதிகமாக உள்வாங்கிய எனக்கு, அங்கு வழங்கப்பட்ட கல்வி எப்படியிருந்தது. ஒரே கடவுள் மூன்று ஆள்களாயிருக்கிறார் என்ற தமதிருத்துவத்தைப் பற்றிய பாடம்; மரியாள் ஜென்மப் பாவமில்லாமல் கருவாகி உருவாகி ஆன்மா உடலுடன் மோட்சத்திற்கு எடுத்துக் கொள்ளப்பட்டது பற்றிய வகுப்புகள்; ஒத்தமை நற்செய்திகளில் கிறிஸ்துவின் பிறப்பு, வாழ்வு, பணி, இறப்பு, உயிர்ப்புக் குறித்த விரிவுரைகள். ஆதித் திருச்சபை தோன்றி எப்படி உலகெங்கும் பரவியது என்னும் விளக்கங்கள்; அகில உலகத் திருச்சபையின் தலைவராம் போப்பு வுக்கு வழுவாவரம் உண்டு என்னும் வலியுறுத்தல்கள்; ஏக, பரிசுத்த, அப்போஸ்தலிக்கத் திருச்சபையை விசுவசிக்க வேண்டு மென்னும் போதனை.

எகிப்திலிருந்து ஒடுக்கப்பட்ட இஸ்ராயேலரை விடுவித்த விடுதலை இறைவன் எங்கே? ஒடுக்கப்பட்டோருடன் தன்னை ஐக்கியப்படுத்திக்கொண்டு ஆளும் வர்க்கத்தை எதிர்த்துப் போராடி மாண்ட விடுதலை வீரர் இயேசு எங்கே? விடுதலைச் செய்தியை உள்வாங்கி உரோமைப் பேரரசை எதிர்த்த ஆதிக் கிறிஸ்துவ இயக்கம் எங்கே? இன்று ஒடுக்குமுறையினால் பரிதாபமான நிலைக்கு மெல்ல மெல்ல தள்ளப்பட்டுக்கொண் டிருக்கும் மக்களை மையப்படுத்திப் பாடங்கள் அமைவதில்லை. விடுதலைப் போராட்டத்தில் பங்கெடுக்க நாம் தயாரிக்கப் படுவதில்லை. மாறாக மூன்றாண்டுகளில் ஒடுக்கப்பட்டோரைப் பற்றிய நம் உடன்பிறந்த உணர்வுகள் மெல்லமெல்ல அகற்றப் படுகின்றன.

இன்று தன் உடைமைகளையும் தன்மதிப்பையும் இழந்து நிற்பவர்கள் கடந்தகாலத்தில் தம் மூதாதையர்களின் செல்வத் தையும் செல்வாக்கைப் பற்றியும் கதைவிடுவார்களே, அந்தக் கதைகளால் இன்று தன் பெருமையைத் தேடிக்கொள்ளலாம் எனக் கற்பனையில் வாழ்வார்களே, அந்த நிலையில் திருச் சபையின் கல்வியும் கதைகளும் உள்ளன. அது பழையவற்றைத் தூசிதட்டிக்கொண்டிருக்கிறது; கடந்தகாலத்திற்குத் தூபம் போட்டுக்கொண்டிருக்கிறது. ஆதிக்கவர்க்கத்தின் நிலையி லிருந்து விசுவாசம் பரவியதைப் பறைசாற்றிக் கொண்டிருக் கிறது... இருக்கும் சொத்துக்களைக் கட்டிக்காப்பதில் கவலை யோடிருக்கிறது... விஞ்ஞானத்தால் அடிபட்டுப்போகும் நொண்டி விசுவாசத்தைத் தூக்கிநிறுத்த முயற்சிசெய்கிறது. ஆளும்வர்க்கத்திற்குப் பயந்து விசுவாசத்தின் இதயமாக இருக்கும் ஒடுக்கப்பட்டோரின் விடுதலைப்பயணத்தில் வித்தாக இருக்கவேண்டியதைப் பதர் என்று புறப்படுத்திப்போட்டுள்ளது. ஆனால் பதர்களைக் கவர்ச்சியான உறைகளில் உணவு என விற்றுக்கொண்டிருக்கிறது.

7

உரோமையில் ஆண்டுத்தேர்வுகள் முடிந்தவுடன் ஜூன் மாதத்திலிருந்து மூன்று மாதங்கள் விடுமுறை. அப்போது கல்லூரிகள், விடுதிகளெல்லாம் மூடப்படும். தங்குவதற்கு வேறு இடங்களை ஒவ்வொருவரும் தேடிக்கொள்ளவேண்டும். எனவே, முதலாண்டு இங்கிலாந்தில் சசெக்ஸ் (Sussex) நகரிலிருந்த அருள் இரக்கச்சபையில் (Grace of Compassion) தங்க ஏற்பாடு செய்து கொண்டேன். அச்சபையார் தமிழகத்தில் முதலில் மடம் ஆரம்பித்தபொழுது தமிழ்ப் பிள்ளைகளுக்கு ஆங்கிலமும், வெளி நாட்டு சிஸ்டர்களுக்குத் தமிழும் எங்கள் நைனா கற்பித்திருந்தார். அந்த உறவில் நான் அங்குச் சென்றேன்.

அங்கிருந்த முதியோர் இல்லத்தில் மூன்று மாதங்கள் பணி புரிந்தேன். பழுத்த பழமான முதியோர்கள் எவ்வளவு பக்குவ மாகப் பராமரிக்கப்படுகிறார்கள். தனி கண்காணிப்பு. நேர்த்தி யாக உணவு ஊட்டடல், மலஜலம் நீக்கல், சுத்தப்படுத்தல், அவர்கள் விருப்பப்படி தொலைக்காட்சி பார்த்தல், இயற்கையை ரசிக்கச் சக்கர நாற்காலியில் அழைத்துச் செல்லல், தம்பதியர்கள் முதிர்ந்த வயதில் ஒன்றாகத் தங்கல், பொருளாதார வளமை யினால் இப்படிப் பல வசதிகள் பெற வாய்ப்பிருக்கிறது. ஆனால் முதியவர்கள் குடும்பத்தில் சுமையாகக் கருதப்பட்டு முதியோர் இல்லங்களில் சேர்க்கப்படுகிறார்கள். உறவுகள் துண்டிக்கப்படுவதால் சித்த பிரமைபிடித்தவர்கள் போல் சிலர் உருக்குலைந்து விடுகின்றனர். ஒரு வயதான பெண் தன் கையில் இரவும் பகலும் ஒரு கழுதை பொம்மையைப் பற்றிக்

கொண்டிருப்பாள். அதைப் பறித்துவிட்டால், "அய்யோ, 30 வருஷமா நான் ஒரு கழுதையைச் செல்லமாய் வளர்த்தேனே" என்பாள். மற்றொருவர், "அதோ, என் கணவர் கதவருகில் நிற்கிறார்" என இறந்துபோன தன் கணவரைக் காணுகிற காட்சியில் மூழ்கிக்கொண்டிருப்பாள். இன்னொருவர், "இன்னக்கி சனிக்கிழமையா... என் மகன் என்னைப் பார்க்கவருவானோ?..." என ஒவ்வொரு நாளும் கேட்டுக்கொண்டிருப்பார்.

இரண்டாமாண்டு விடுமுறையில் மொழி கற்றுக்கொள்ள ஜெர்மனிக்குச் சென்றேன். அங்கு போகால்ட் என்னும் இடத்தில் ஒரு குடும்பம். அவர்களோடு மூன்று மாதம் உறவாட வாய்ப்புக் கிடைத்தது. அங்கு ஹென்றி, சோனியா என்று இரு குழந்தைகள். எட்டு பத்து வயதிருக்கும். அவர்கள் முதன்முறையாக நடக்க ஆரம்பித்த நாளில் அவர்கள் பாதத்தைக் களிமண்ணில் அச்சு எடுத்து வைத்துள்ளார்கள். முதல் நகம், முடி வெட்டப்பட்டது பிளாஸ்டிக் பையில் பத்திரப்படுத்தப்பட்டுள்ளது. அவர்கள் அசைவது, அமர்வது, தவழ்வது, தடுமாறுவது, வாய் திறப்பது, முதல்முறை தானாக ஜலம் போவது... மழலை மொழி பேசுவது எல்லாம் படமாக்கப்பட்டுப் பாதுகாக்கப்படுகிறது. ஆண், பெண் சமமாக நடத்தப்படுகிறார்கள். அவ்வயதிலேயே ஒவ்வொருவருக்கும் தனி அறை, தொலைபேசி, படுக்கைகள், விளையாட்டுப் பொருள்கள், வரைவதற்கான கருவிகள் இசை கேட்க வாய்ப்புகள்... படிக்க வசதிகள்.. சிறிய நீச்சல் தொட்டி... குழந்தைகள் இப்படியும் வளர்க்கப்படலாம் என்பது எனக்குள் பூரிப்பை ஏற்படுத்தியது.

அங்குள்ள இளைஞர்கள் தங்கள் வாழ்க்கைத் துணையைத் தேர்ந்தெடுத்துக்கொள்ளும் சுதந்திரம், ஒருவர் ஒருவரை அவர்கள் ஏற்றுக்கொள்வது, திருமணத்திற்கு முன்பே வேலை தேடிப் பணம் சேர்ப்பது, தங்கும் வீட்டைத் தயாரிப்பது... மனித உறவுகளின் முதிர்ச்சியாக எனக்குத் தெரிந்தது.

எங்களுக்கு ஜெர்மானிய மொழி கற்பித்தவர் கர்ப்பிணியான தன் துணைவியைப் பல பேருக்கு முன்னால் கொஞ்சி மகிழ்ந்தது மனித உறவுகளின் எழிலை எனக்குக் காட்டியது.

ஊனமுற்றோரைச் சிறப்பான கவனம் செலுத்திக் கண் காணிப்பது மனிதத்தின் நுண்மையை வெளிப்படுத்தியது. இங்கிலாந்தில் ஒரு இல்லத்திலிருந்தேன். *18* வயது பெண். மன வளர்ச்சி இல்லை, அவள் இரண்டு வயது குழந்தையாக அப்பா மடியில் அமர்வாள், அம்மாவை அரவணைப்பாள், அவர்கள் செல்லமாய் அவளிடம் உறவாடுவார்கள். அவளுக்கு அழகான தனி அறை, படுக்கை, அவளுக்குத் தேவையானவைகளை அவள் அறையில் கொண்டுபோய் நேர்த்தியாக வைப்பார்கள். இவ் வாறாகத் தம் பிள்ளைகளை நடத்தும் மேன்மையைக் கண்ட எனக்கு, தமிழகத்திலிருந்து அங்குள்ள சபைகளில் சேர வரும் பிள்ளைகள் நடத்தப்படும் முறை மனித மாண்பற்றதாகத் தோன்றியது. அங்கிருந்த தமிழ்ப் பெண்கள் என்னிடம் புலம் பினார்கள். "எங்க முடிய வெட்டி கிராப்பாக்கிட்டாங்க... சேலைக் கட்டக் கூடாதுன்னு சரக்குக் கிடங்குக்குப் போய் பழைய பிராக்குகளை எடுத்துக்கொடுத்தாங்க... பழைய ஷூக்களை எங்கசைசுக்குப் பொருத்தமா எடுத்துப் போட்டுக்கச் சொன்னாங்க... வாரம் முழுசும் கத்தி முள்ளுல சாப்பிடணும், வாரக் கடைசியில் கையால் சோறு சாப்பிட விட்டாங்க... சாப்பிடும்போது, பண்ணிங்க மாதிரி சோறு திங்கிறீங்களேன்னு சொல்றாங்க..."

வேறொரு மடத்தில் தாயகத்திற்கு விடுமுறைக்குத் திரும்பும் ஒரு தமிழ் சிஸ்டர் சொன்னார்: "நாங்க ஏதாவது அவுங்களுக்குத் தெரியாம வாங்கிட்டுப் போயிடுவோமுனு... ஒரு வாரத்திற்கு முன்னாடியே சூட்கேசைப் பூட்டிச் சாவியைச் சுப்பிரியர் வச்சுக்கிட்டாங்க. இனிமே, ஏர்போர்ட்டில்தான் அந்தச் சாவிய ஏங்கிட்ட தருவாங்களாம்..."

செசிலித் (Sicily) தீவிற்கு ஒரு முறை சென்றிருந்தேன். அங்குள்ள கான்வென்டிலிருந்த தமிழ் சிஸ்டர்கள் குமுறினார்கள். "எங்க வழியா சபைக்குப் பணம் சம்பாதிக்கத்தான் நாங்க அனுப்பிவைக்கப்பட்டுக்கோம். இந்தக் குளுருல இங்கேயுள்ள பிசப்புங்க, சாமியாருங்க சுகமாச் சாப்பிட சமைக்கணும். பிளேட்டைக் கழுவணும். மேசை துடைக்கணும். தரை கழுவணும் இப்படியாக இந்தத் தீவுக்கு நாடு கடத்தப்பட்டுள்ளோம்."

8

உரோமையிலிருந்து வருமுன்னே நவகன்னியர் பொறுப் பாளராக (Novice Mistress) நியமிக்கப்பட்டிருந்தேன். புது விதமாகப் பயிற்சி வழங்கலாமென ஆசையிருந்தது. பொறுப் பெடுத்த போது 50 பேர் நவகன்னியர் இல்லத்திலிருந்தார்கள். இங்கு அழைத்து வரப்பட்டுள்ள இவர்களின் தேவைகள் என்ன? நோக்கங்கள் என்ன? என்ன இங்கு வழங்கப்படுகிறது? எப்படி இவர்கள் மாறுகிறார்கள்? இவர்களால் ஒடுக்கப்பட்டோரின் மனிதத்தை உயர்த்த செயல்படமுடியுமா? என்றெல்லாம் அடுக் கடுக்கான கேள்விகள் எழுந்தன.

இங்கு வந்துள்ளவர்களில் சிலர் வசதியான குடும்பங்களில் இருந்தவர்கள்; சிலர் என் போன்ற நடுத்தர வர்க்கக் குடும்பங் களில் இருந்தவர்கள்; பலர் ஏழ்மையான குடும்பங்களில் இருந்தவர்கள்; சிலர் ஆசிரியப் பயிற்சி முடித்தவர்கள்; பலர் +2 படித்தவர்கள். வீட்டில் பொருளாதார நெருக்கடி, தொடர்ந்து படிக்க முடியாமை, வேலையின்மை, திருமணத்தில் தடை, பாலுறவில் ஏற்பட்ட சலனங்கள், மாதவிடாய்க் குறைபாடுகள், வாழ்க்கையில் ஏற்பட்ட சில ஊமைக் காயங்கள், இன்றைய சமூக வாழ்வில் நெருக்கடி தொல்லைகள் பக்திப் பரவசம், சுய சுத்திகரிப்பு, துறவறம் மேலான புனிதமான வாழ்வு இப்படியான காரணங்களை நான் இனம் காணமுடிந்தது.

சிலர் புரியாத புதிராக இருந்தனர். சிலர் உண்மையை மறைத்து வாழவே முடிவுசெய்து வந்திருப்பதாகத் தெரிந்தது.

இவர்களைச் சமுதாயத்திலிருந்து தனிமையாகப் பிரித்து உணவு, உடை, உறைவிடம், பாதுகாப்பு, வழக்கம் போல் சில நிகழ்ச்சிகள், பக்தி, பரவசம், விழாக்கள், ஜெபங்கள், ஜெப மாலைகள், பூசை, ஆராதனை, பலவித வேலைகள், பாடல், நடனம் நாடகம் என்று சில நிகழ்ச்சிகள். இவையனைத்தும் இவர்களது தனி வாழ்வின் தேவைகளை எவ்வாறு பூர்த்தி செய்கின்றன? இவர்களது தனிப்பட்ட கேள்விகளுக்கு என்ன பதில் சொல்கின்றன? இவர்களது மனிதத்தை வளர்க்க இந்தப் பயிற்சி உரமாக எப்படி அமைகிறது? இவர்களை ஒடுக்கப் பட்டோரின் உரிமைக்காகச் செயல்படும் வீராங்கனைகளாக எவ்வாறு மாற்றமுடியும்? இவர்களது ஏழ்மையையும் சமூகத்தின் நெருக்கடியையும் பயன்படுத்தித் துறவுச் சபைகள் பெருக நாமும் பயன்படுகிறோமோ? என்றே எனக்குச் சிந்திக்கத் தோன்றியது.

கொத்தடிமைகள்கூட இப்படித் தானே சிக்கிக்கொள் கிறார்கள். இவர்களால் சபைக்குச் சொத்து சேரும் என்பதையும் என்னால் கணக்கிட முடிகிறது. நிறுவனம் நிலைநிறுத்தப்படும் என்றும் தெரிகிறது. கல்லறையை அடையும்வரை தனி நபருக்குப் பாதுகாப்பு வழங்கப்படுவதே பலரை அங்கேயே இருக்க வைக்கிறது. புனிதம் என்னும் முலாம் பூசிய நகைகளாக ஆறு ஆண்டுகள் சின்ன சிஸ்டர்களாக அனுப்பப்படுகிறார்கள். பல மடங்களில் இவர்கள் தங்கி வாழ்கிறார்கள். அக்காலங்களில் இவர்களைச் சந்திக்கவும் உறவாடவும் வாய்ப்புக் கிடைத்தது. இவர்கள் பலரின் மனிதம் நைந்துபோய், தங்கமுலாமும் வெளுத்துப்போய்க் காணப்பட்டார்கள். இவர்கள் யார்? எப்படி? என்பது மெல்ல எனக்குத் தெரியவந்தது. இவர்களில் பெரும் பாலோர் தெலுங்கு மாநிலத்தவர்கள். தமிழ்நாட்டில் தங்கி வாழ்ந்தவர்கள். தக்சூர், வளர்புறம், செல்லம்பட்டரை, கீழச்சேரி, பன்னூர், ஒட்டந்தாங்கல், முளச்சூர், ஆந்திரமாநிலத்தில் உள்ள கொட்டாலா, நந்தியால் பகுதியைச் சார்ந்தவர்கள். இப்பகுதியைச் சார்ந்த தெலுங்கு ரெட்டி நாயுடுகள் மதர்ஜெனரலாக இருந்துள்ளனர். தமிழ் வேளாளர்கள் மூவர், முதலியார் ஒருவர் மதர்ஜெனரலாக இருந்துள்ளனர், இந்தச் சமூகத்தவர்களிலிருந்து

கன்னியரானவர்களிடையே அக்காள், தங்கை, அத்தை, சித்தி, பெரியம்மா, பேத்தி என்று உறவுகள் கொடியோடிக் கிடக் கின்றன. ஆதிக்கவர்க்கம் பரம்பரை பரம்பரையாகவே ஆட்சியைக் கைப்பற்றுவது இங்குச் சபைகளிலும் தொடர்கிறது. "நம் மிடையே ரோமன் என்றும் கிரேக்கனென்றும், ஆணென்றும் பெண்ணென்றும், அடிமையென்றும் உரிமைக் குடிமகனென்றும் (உயர்சாதி என்றும் தாழ்ந்தசாதி என்றும்) இல்லை" என்று சொல்லும் கிறிஸ்துவத்தின் சமத்துவம் எங்கே?

வசதி குறைந்த குடும்பங்களிலிருந்து வந்தவர்கள், திறமை குறைந்தவர்கள், குருக்கள், கன்னியர், ஆயர்களின் உறவுப் பாது காப்பு இல்லாதவர்கள்; பொதுவாக மடங்களில் தங்கள் மதிப்பை மெல்ல மெல்ல இழக்க நேரிடுகிறது.

தேவையில்லாத பயம், தாழ்வு மனப்பான்மை, பிறரிடம் பேச, உறவாட அச்சம், பொறுப்புகளை எடுத்துச் செயல்பட தயக்கம், உணர்வுகள், எண்ணங்களை அழுத்தியே வைத்துப் பழகுதல், மூடிய மனநிலை இப்படியான பல மன ஊனங்கள், எவரிடமும் சொல்ல முடியாத ஊமைத்துயரங்கள், தலைவலி, மயக்கம், சோர்வு, பசியின்மை, குடல் புண், மாதவிடாய்க்கோளாறுகள் என வெளிப்படுவதாகக் காண்கிறேன்.

இந்த இளம் பெண்களுக்கு ஏற்பட்ட அனுபவங்கள் பல எனக்கும் ஏற்பட்டது. நான் நோவிஸ்மிஸ்டர்ஸாக இருந்தபோது சபையின் ஜெனரலேட்டின் (Generalate) பார்வையிலே நோவிசி யேட்டும் இருந்தது. அப்பொழுது ஜெனரலாக இருந்தவர்கள் நான் உரோமுக்குப் போகுமுன் அன்பாக இருந்ததாகத்தான் எண்ணினேன். ஆனால், உரோம் போய் வந்த பிறகு வித்தியாச மாக மாறி இருப்பதை நான் உணர ஆரம்பித்தேன்.

ஜெயலலிதாயிசம் போல் ஒரு அம்மாயிசம் சபையிலிருந்தது. அம்மா விரும்புவது, வெறுப்பது இதை ஒத்து நான் செயல் படவேண்டும் என எதிர்பார்ப்பு இருந்ததா? அம்மாவின் ஆலோசனைப்படி நான் இயங்கவேண்டும் என விரும்பினார்களா? நான் சுயமாகச் செயல்படுவதை அவர்கள் விரும்பவில்லையா?

அவர்கள் பார்வை என்மேல் கனிவாக இல்லை. கண்டிப்பாக இருப்பதாய் உணர்ந்தேன். அவர்களது 'ரிமோட்கண்ட்ரோலில்' இயந்திரமாக நான் செயல்படுவது என் மனிதத்திற்கு செய்யும் துரோகம் எனக் கருதினேன்.

ஒரு நாள் ஞாயிறு அனைத்து இல்லத்தலைவிகளும் திருப் பலிக்காகக் கூடியிருந்தார்கள். நான் ஆர்கன் வாசிக்க அமர்ந் திருந்தேன். நோவிசுகள் சுற்றிப் பாடுவதற்காக நின்றிருந்தார்கள். "அம்மா என்னை ஆர்கன் வாசிக்கச் சொன்னார்கள்" என்று அவர்கள் செக்கரட்டரி என்னிடம்... சொல்ல, நான் எழ... அவர்கள் அமர... எனக்குள் ஏதோ கொதிக்க ஆரம்பித்தது. அது கண்ணீராகக் கொட்டியது... கலவரம் ததும்பியது.

மூன்றாண்டுகளுக்குப் பிறகு நான் ரீஜனல் சுப்பீரியராக (Regional Superior) நியமிக்கப்பட்டேன். அப்பொழுதுதான் பல கன்னியர்களின் கண்ணீரின் காரணம் என்ன என்று எனக்குப் புரிந்தது. அம்மாயிசத்தின்அந்தரங்கம் என்ன என்று தெரிந்தது.

9

1987இல் சபை மூன்று வட்டாரங்களாகப் பிரிக்கப்பட்டது. ஒவ்வொரு வட்டாரத்துக்கும் ஒரு வட்டாரத் தலைவி/பொறுப் பாளர் நியமிக்கப்பட்டார். அவர் ரீஜனல் சுப்பீரியர் என்று அழைக்கப்பட்டார். தஞ்சை வட்டாரத்துக்கு நான் பொறுப் பாளராக மூன்றாண்டுகள் பணியாற்றினேன். அப்பொழுது 22 மடங்களுக்குச் சென்றேன். கன்னியர்கள் 120 பேரைச் சந்தித் திருப்பேன். 60 குருக்கள், 6 ஆயர்களைச் சில பொறுப்புகள் அடிப்படையில் சந்திக்கும் வாய்ப்புக் கிடைத்தது. தமிழ்நாடு-புதுவைத் துறவியர் பேரவை (T.NC.R.I), இந்தியத் துறவியர் பேரவைக் கூட்டங்கள் ஐந்தில் பங்கெடுத்துள்ளேன். இங்கு மேய்ப்புப் பணியில் முக்கிய பங்கு வகிப்பவர்களுடன் நெருங்கிய தொடர்புகொள்ளும்போது இந்த மேய்ப்பர்களைப் பற்றி, இந்த 'ஆயர்களை'ப் பற்றி அதிகம் தெரிந்துகொள்ளமுடிந்தது.

பொதுவாக மடங்கள் பெருவாரியாகக் கிராமப்புறங்களில் தான் அமைந்திருக்கின்றன. குடிசைகளில் வாழும் 90% மக்களுக்கு மடங்கள், பங்களாக்களாகத் தோன்றுகின்றன. ஒடுக்கப்பட்ட மக்களின் பெயரில் வாங்கப்படும் வெளிநாட்டுப் பணம்தான் மடங்களாக, மருந்தகங்களாக, பள்ளிகளாக, பங்களாக்களாகப் பரிணமித்துள்ளன.

மக்களோடு ஒப்பிடும்போது எவ்வளவோ வசதியில் வாழும் இவர்கள் ஏன் மகிழ்ச்சியாகக் காணப்படுவதில்லை? இவர்களில் பலர் ஏன் தம் பெருவாரியான நேரத்தைப் புறங்கூறுவதிலே செலவிடுகிறார்கள்? சமூக விழிப்புணர்வுப் பணிகளிலும் சமூக ஈடுபாட்டிலும் ஏன் அதிக ஆர்வம் செலுத்துவதில்லை?

எப்படியோ இவர்கள் தங்கள் சொந்தம், சுற்றம், குடும்பத்தாரைப் பணம்வரக்கூடிய வேலைக்கு அமர்த்திவிடுகிறார்கள். படிக்க வைக்க வாய்ப்புத்தேடித் தருகிறார்கள். கட்டடம் கட்ட 'கான்ட்ராக்ட்' கொடுத்துவிடுகிறார்கள். முள்வேலிகட்ட, மாடு மேய்க்க, தோட்டம் பராமரிக்க, தண்ணீர் தூக்க, அழுக்குத்துணி துவைக்க, சமையல் செய்ய, எடுபிடிவேலை பார்க்க, கிராமத்து ஏழைகள், தாழ்த்தப்பட்ட சாதியினர் பலிகடாவாகப் பயன் படுத்தப்படுகிறார்கள். ஒடுக்கப்பட்டோரின் விடுதலைக்குப் போராடும் மனப்பக்குவமோ, மனமுதிர்ச்சியோ இவர்களிடம் இல்லை. கடவுள் அவர்களிடம் எதிர்பார்க்கும் பணி இதுதான் என்று தரும நியாயம் கற்பிக்கிறார்கள்.

மேதகு ஆயர்கள் பலர் என்னை ஆச்சரியப்படுத்தினார்கள். ஒருவர் "நம்ம பிள்ள எப்படியிருக்கு?" என்றார். நம்ம பிள்ள தன் சாதி சிஸ்டர். "உன்னைய பாக்கத்தாம்மா இவ்வளவு தூரத்திலிருந்து வந்தேன்" என்றார் சிவப்பாக இருக்கும் தம் சாதி சின்ன சிஸ்டரைப் பார்த்து மற்றொரு ஆயர்.

சிலர் சிஸ்டர்களோடு, பணிப் பெண்களோடு, குடும்பப் பெண்களோடு சிலிமிஷங்கள் செய்வதாகப் பாதிக்கப்பட்ட வர்களே என்னிடம் கண்ணீர் விடும்போது, "ஆட்டுத்தோல் போர்த்திய ஓநாய்கள்" என்றாரே இயேசு. அது ஞாபகத்திற்கு வந்தது.

பேராயர் ரொமேரோவின் (Romero) புரட்சிகர மனமாற்றத் திற்கு ஒடுக்குமுறையை எதிர்த்த தீவிரவாதிகளும், ஒடுக்கப் பட்டோருக்காகச் செயல்பட்ட குருக்களும் விசுவாசிகளும் காரணமாக அமைந்தது போல், நம் ஆயர்களின் மன மாற்றத்திற்கு இறைவன் யாரை அனுப்புவாரோ என்று நான் எண்ணியதுண்டு. நம் நாட்டிலுள்ள டால்டன்கஞ் (Daltonganj) மறைமாவட்ட ஆயர் ஜார்ஜ் விக்டர் சோப்பேன் (George Victor Saupin) அவர்களைப் போல் நம் ஆயர்கள் மாறுவது எப்போது என்று கேட்டுள்ளேன். நொண்டியாக்கப்பட்டுள்ள ஆடுகளையல்லவா ஆள் வைத்து அடித்துச் சாப்பிடும் ஆயன்களாக நம் ஆயர்கள் இன்று மாறிவருகிறார்கள்.

10

நான் வட்டாரத் தலைவியாக இருந்த நாள்களில் உணர்ந்த ஒரு கொடுமை, பெண்மையை ஒடுக்கும் வன்முறைகளில் ஒன்றான திருச்சபையின் ஆண் ஆதிக்க அமைப்பு முறையும் செயல்பாடுகளும்.

ஒரு பங்குச் சாமியாரின் நிர்வாகத்தின்கீழ் ஒரு அனாதை இல்லம் இருக்கிறது. அந்த இல்லத்தில் உள்ள குழந்தைகளைக் கவனிக்கும் சகோதரிகள். அச்சகோதரிகள் அந்தச் சாமியாரிடம் நாய் படாதபாடுபடுகிறார்கள். பணத்திற்காக அவர் அறையில் போய்க் காத்துக்கிடக்க வேண்டும். போனவுடன், "என்ன சிஸ்டர் ஓயாம பணம்?" என்பார். "நாளைக்கு வாங்க சிஸ்டர்" என அலைக்கழிப்பார். மறுநாள் சென்றால் மணிக்கணக்காகக் காத்துக்கிடக்கச் செய்வார். அரை வயித்துக் கஞ்சி ஊத்துவது போல் பிள்ளைகளுக்குப் போதாத அளவுக்குச் சிறுசிறு தொகை யாகத் தருவார்.

மேலிருந்து கீழ்வரை சங்கிலித் தொடராக ஆண்கள் அதிகாரத்தில் அமைக்கப்பட்டிருக்கிறார்கள். வெளிநாட்டில் சிஸ்டர்கள் பயணத்திற்கும், படிப்பிற்கும், கைச்செலவுக்கும், ஒரு கர்தினாலையோ ஒரு ஆயரையோ ஒரு குருவையோதான் நாடவேண்டியிருக்கிறது. நம் மண்ணில் ஒரு கிராமத்தில் எளியோருக்குப் பணியாற்ற சிஸ்டர்கள் பங்கு குருவை, மறை மாநில சமூக நல இயக்குநர் குருவை, ஆயரை நாடவேண்டிய நிர்ப்பந்தத்தில் இருக்கிறார்கள். இந்த நிர்ப்பந்தத்தில் பொதுவாக நான் கண்டது, பெண்கள் சமநிலையில் நடத்தப்படுவதில்லை.

நீதியின் அடிப்படையில் உறவும் இருப்பது அரிது. சொந்த பந்தம், உற்றார் என்றால் ஒருவித சலுகை. அயலார், மற்றவர் என்றால் வேறொரு நடவடிக்கை. இந்நிலையில் பல சகோதரிகள் தங்களது மதிப்பை இழந்து கூனிக்குறுகிப் பூச்சிகளாக ஆக்கப் படும்நிலை.

ஒரு பள்ளியின் தலைமையாசிரியை சிஸ்டரிடம், பள்ளியின் நிர்வாகியான பங்கு குரு தம் உறவினர் பெண்ணொருத்தியை நியமிக்கச் சொல்கிறார். தகுதியில்லை என்று சிஸ்டர் மறுக் கிறார்கள், சிஸ்டரைப் பற்றிக் கதை புனையப்படுகிறது. "உன்னை இவ்விடத்தை விட்டு மாற்றுகிறேன், பார்" எனச் சாமியார் கங்கணம் கட்டுகிறார். சிஸ்டர் இடமாற்றம் செய்யப் படுகிறார்கள்.

பள்ளிகளின் நிர்வாகப் பொறுப்பை வைத்துக்கொண்டு சகோதரிகளைப் பந்தாடும் ஆண் ஆதிக்க அமைப்பு முறை மிகக் கொடுமையானது. இந்த ஆண் குருக்கள் தம் சாதியைச் சாராத கன்னியர்கள் என்றால் சின்னச் சின்ன தவறுகள் என்றாலும் குத் திக்காயப்படுத்தியுள்ளார்கள்.

பங்குக் கோயில்களில் பல குருக்களிடம் சிஸ்டர்கள் படும் துயரத்தைக் கேள்விப்பட்டுள்ளேன். அவர்களை அழைக்கும் முறை 'வாடி போடிதான்... வாபோதான்'. பெண்கள் என்ற காரணத்தால் எடுபிடிகளாக்குவது, சால்ராக்களாக்குவது, தலை யாட்டிபொம்மைகளாக்குவது, சாமிகளுக்குத் தூபம்போடச் செய்வது, துடைப்பமாகப் பயன்படுத்துவது, கேலி நையாண்டிக் குள்ளாக்குவது... சாமியார் செய்யும் வியாபாரத் தனங்களில் சிஸ்டர்களுக்கு உடன்பாடு இல்லைதான். கொள்கை அளவில் எதிர்ப்பு இருக்கிறதுதான். மதிப்பீடுகளில் முரண்பாடு இருக்கிறது தான். ஆயினும் சரிசமமாக நின்று பேசமுடியாது. கூட்டுச் சிந்தனைக்கும் கூட்டுச்செயல்பாட்டிற்கும் அங்கு இடமில்லை. பெண்மை இங்கு ஏன் இன்னும் எத்தனை காலங்கள் இந்த அலைக்கழிப்பிற்கு ஆளாகவேண்டும்?

பெண் துறவு சபைகள் சில ஆயர்களின் கட்டுப்பாட்டின்கீழே செயல்படுகின்றன. அச்சபைகளில் உள்ள சகோதரிகள் உடை மாற்ற அனுமதிக்காகக் கூட அந்த ஆயர்களைக் கெஞ்சிக் கொண்டிருக்கிறார்கள். ஆயர்கள் மறுக்கிறார்கள். வாதாடினால் முறைக்கிறார்கள்.

ஆறாம் சின்னப்பர் (Pope Paul VI) 1975ம் ஆண்டு பெண்கள் ஆண்டாகக் கொண்டாடப்படுவதைப் பாராட்டி "பெண்களுக்கு இழைக்கப்படும் கொடுமைகளுக்கு முடிவுகட்டவேண்டும். ஆணும் பெண்ணும் சமத்துவ உறவுகொண்டு சமுதாய வாழ்வில் இணைந்து உலகை உயர்த்தவேண்டும்" என்றார். சுற்றுமடல் எழுதினார். ஆனால் அப்படியான கருத்துக்களை ஏன் திருச் சபையில் உள்ள பலர் குப்பையில் தூக்கி எறிகின்றனர். அடிமைத் தனங்களைக் கட்டிக்காத்து வருகின்றனர்.

கட்டட அடிக்கல் நாட்டல், மந்திரித்தல், கட்டடத் திறப்புச் செய்தல், வழிபாடு, பூசை, கருத்துச் சொல்லுதல், பயிற்சி எல்லாவற்றிலும் ஆண்களின் ஆதிக்கமே கொடிகட்டிப் பறக்கிறது. இதன்விளைவாகத்தானோ பெண்மையை இழந்தமுறையில் சகோதரிகள் சண்டையிடுகிறார்கள், ஆசிரியர்களைத் தரக்குறை வாக நடத்துகிறார்கள், பணிப்பெண்களைக் கழிவுப்பொருளாகக் கருதுகிறார்கள்.

11

நான் சின்ன சகோதரிகளுக்குப் பொறுப்பாளராக இருந்த நாள்களில் அவர்களோடு உல்லாசப் பயணம் போயிருக்கிறேன். பிக்னிக், பீச், பார்க் என்றுஅழைத்துச்சென்றிருக்கிறேன். அப் பொழுது அவர்கள் மகிழ்ச்சியில் திளைப்பது, சிட்டுக்குருவிகளாக விளையாடுவது, சிரிப்பது, ஜோக்கடிப்பது, நடனமாடுவது, விருந்து உண்பது, உடுத்துவது, உறவாடுவது, ஜோடிப்பது, பாடுவது, பகிர்ந்துகொள்வது இவையெல்லாம் என்னைப் பூரிப் படையச் செய்தன. இயற்கையாக இவர்களை வாழவிட்டால் எவ்வாறெல்லாம் ஆனந்தப் பறவைகளாக இருந்திருப்பார்கள். துறவு சபையில் வாழும் பலரின் வெதும்பிய நிலையோடு இணைத்துப்பார்க்கும்போது, இந்த இளம்பிள்ளைகளைத் துறவு வலைக்குள் போடுவது கொடூரமான அநீதி இல்லையா என்று தோன்றும். எனக்கொரு பெண்ணிருந்தால் சிக்கவைப்பேனா? இது ஒரு பெண்மைக்குச் செய்யும் துரோகச் செயல் என உணர்ந்திருக்கிறேன்.

இந்த இளம் சகோதரிகளுக்குக் கிராம அனுபவம் கிடைத்தது. சமூகத்தெளிவு உண்டானது. ஒடுக்கப்பட்டோர் விடுதலைக் காகச் செயல்படுவதே இன்று நம் அழைப்பு, மனிதம் என்று உணர்ந்தார்கள். ஆயினும் உணர்ந்ததைச் செயல்படுத்த முடி யாமல் கடிதம் எழுதினார்கள். "நான் செயல்பட வேண்டு மென விரும்பியது ஒன்று... ஆனால் இன்று செய்வது விருப்பத் திற்கு மாறானது." "முரண்பாடான வாழ்க்கை எனக்குப் போராட்டமாயுள்ளது." "ஏழைகளின் சார்பாக இருக்க வேண்டு மெனச் சபையில் விருது வாக்கு எடுத்துள்ளோம். ஆனால்,

ஏழையர் பக்கம் நின்றால் சபையார் என்னை எதிரியாகப் பார்க்கிறார்கள். ஏளனம் செய்கிறார்கள்" இவ்வாறெல்லாம் பலர் குமுறுவது எனக்குத் தெரிகிறது. ஆகவே பொதுவாகப் பெண் துறவு சபைகளின் நிர்வாக அமைப்புமுறை என்ன? அங்குப் பெண்கள் பரவலாக என்னவாகிறார்கள் என்று எனக்குள் கேள்விகள் எழுகின்றன.

நான் சேர்ந்த சபையின் வரலாற்றைப் பார்க்கிறேன்.

ஓர் ஏழைக் கைம்பெண் கிராமத்து எளியவர்களுக்குக் கல்வி வழங்க ஆசைப்படுகிறாள். சில கிராமத்துப் பெண்கள் முழு நேரமும் செயல்பட வருகிறார்கள். அவர்கள் மேலைநாட்டுத் துறவுசபையிடம் பயிற்சிக்குப் போகிறார்கள். அங்குப் பெயர் மாற்றப்படுகிறது. உடைமாற்றப்படுகிறது. அவர்களைக் கொண்டு துறவுசபை அமைப்பு வலை பின்னப்படுகிறது. சபையில் எண்ணிக்கை கூடுகிறது; மறைமாநில நிர்வாகத்திற்குள் வர வேண்டுமெனக் கட்டாயம் ஏற்படுகிறது. அங்கு ஏழைத் திருச்சபை பணக்காரத் திருச்சபையாகக் கான்ஸ்டன்டைன் (Constantine) மன்னன் காலத்தில் மாறியது போல் சபை மெல்ல மாற ஆரம்பிக்கிறது. உலகம் எங்கும் துறவு சபைகளில் பொது வாக என்ன நடக்கிறதோ அது சில மாற்றங்களோடு இங்கு நடக்கிறது. சபை நிறுவனமயப்படுத்தப்பட்டுவிட்டது, இனி தப்பமுடியாது. நிறுவன அமைப்பில் செயல்பட்டாக வேண்டும். மறைமாநிலத் தலைவர்களுக்குக் கட்டுப்பட்டாகவேண்டும். கட்டுப்பட்டால் பண உதவி கிடைக்கும். மேலைநாட்டு நிதி கிடைக்கும். பாதுகாப்பு அதிகரிக்கும். ஏழைகளுக்காக ஆரம்ப மான ஒரு மனிதாபிமான முயற்சி, திசைமாறி நிறுவனத்திற்காக என ஏழைகளின் எதிர்முனைக்குச் செல்கிறது.

பள்ளிகள் அதிகரிக்கின்றன. பங்குக் கோயில்களுக்குப் பக்கத்தில் மடங்கள், சில இடங்களில் மருத்துவமனைகள். சபையில் வளரும் பிள்ளைகளை நிறுவனத்தில் அமைக்கத் திட்ட மிடவேண்டியுள்ளது. எத்தனைபேர், எப்பொழுது ஓய்வுபெறு வார்கள்? எத்தனை இடங்கள் எப்பொழுது நிரப்பப்பட

வேண்டும்? இளம் பிள்ளைகளில் யாரை எங்கு நிரப்ப பயிற்று விப்பது எனக் கணக்குப்போட நிர்ப்பந்திக்கப்படுகிறார்கள். அப்படியான இடங்களை நிரப்பிய பிறகு எஞ்சியிருப்பவர் களைப் பொதுவாக அதிகம் படிக்க இயலாதவர்களை, ஓய்வு பெற்றவர்களை, சமூகப்பணி, கிராமப்பணி, நற்செய்திப்பணி என்பதற்கு ஒதுக்குகிறார்கள்.

இந்தச் சமூகப் பணியாளர்கள் ஒரு இடத்திற்குச் செல்கிற பொழுது ஒரு பங்கு குரு கட்டுப்பாட்டின்கீழ் வருகிறார்கள். சமூகப் பணிக்காக வந்த சகோதரிகள் சமூகப் பகுப்பாய்வற்ற குருக்களின் திட்டங்களுக்கு அடிபணியவேண்டியுள்ளது. ஞானோபதேசம் கற்றுக்கொடுக்க, சந்தா பணம் வசூலிக்க, உண்டியல் எண்ண, சக்கிரிஸ்டி (Sacristy) கவனிக்க, சமைய லறையைப் பார்த்துக்கொள்ள, புதுநன்மை தயாரிக்க, திருமணத் திற்குத் தயாரிக்க, சுவாமியார் துணிமணி கணக்கெடுக்க...

சபையாரோ இச்சமூகப்பணியாளர்களைப் பலவிதமாகக் கொச்சைப்படுத்துகிறார்கள். “சம்பாதிக்காத சகோதரி, ஊர் சுத்தி, எந்த வீட்டிலும் போய்த் தின்பாள்”, “சபைக்கு ஆள் சேருங்க, சிஸ்டர். தேவஅழைத்தல் பணியையும் செய்யுங்க” என்கிறது. தீவிரமாகச் சமூகப் பணியில் ஈடுபட்டுப் போராட் டங்களில் கலந்துகொண்டால் “உங்கள யார் சிஸ்டர் போராட் டத்திற்கெல்லாம் போகச் சொன்னது?” என்ற ஏச்சையும் பேச்சையும் இவர்கள் வாங்கிக்கட்டிக்கொள்கிறார்கள். “சுவாமி பக்தியில்ல. ஆன்மீக தாகமுமில்ல” என்று மற்றொருபக்கம் இடி. “வயசான காலத்தில பென்ஷன் வராது, அப்ப உன்னைய எப்படி நடத்தப் போறாங்களோ?” என்று இவர்கள் மேல் அனுதாப அலைகள். இவற்றால் பொதுவாகவே சமூகப்பணியில் ஆர்வம் மெல்ல குறைந்து சபையின் எந்திரமயமான வாழ்க்கைக்குள் போய் முடங்கி முடமாகிவிடுகிறார்கள்.

இவ்வாறு சபையே பாதுகாப்பான மௌன கலாச்சாரத்தைக் கடைப்பிடிக்கின்ற கூட்டமாக மாறிவிடுகிறது. சபைக்குள்ளேயே ஏழைகளின் சார்பாகப் போராடுவோம் என்று வீதிநாடகங்கள்

போட்டு "என்ன அருமையாக நடிச்சாங்கனு" சொல்லித் திருப்தி யடைகிறது.

ஏழ்மையான குடும்பங்களிலிருந்து வந்தவர்கள் ஏழைமக்களின் துயரங்கள், கலாச்சாரங்களிலிருந்து மெல்ல மெல்ல அந்நியப் படுகிறார்கள். அவர்களுடைய உறவாட்டங்களைக் குறைத்துக் கொள்கிறார்கள். நடுத்தர வர்க்கத்தின் தன்மைகளை உள்வாங்கு கிறார்கள். ஒரு தலித் சகோதரி, "நான் ஒரு பிராமணக் குடும்ப மாக்கும்..." என்றார். மற்றொருவர், "என் அப்பா பிரான்ஸ் பிரஜையாக்கும்..."என்றார். "எங்க வீட்டார் எவ்வளவோ வசதியில இருந்தவுங்க... இப்பத்தான் நொடிச்சுப் போயிட்டாங்க..." என்று ஒருவர் பூர்வீகப் பழங்கதை பேசினார். நிறுவனத்தில் உள்ள பதவி, பட்டம், இவைகளை ஓடிப் பிடிக்கவே பலர் தங்கள் நேரத்தையும் சக்தியையும் செலவிட வேண்டியுள்ளது.

"உயிரோடு உயிர்கொள்ளும் தோழமைதான் ஆன்மீகம். பாதுகாப்பான நிலையிலிருந்து பாதுகாப்பற்ற நிலைக்குச் செல்வது தான் சிலுவையின் பாதை. அப்பாதையில்தான் மீட்பின் உச்சியை அடையலாம். சபையின் விருதுவாக்கே ஒடுக்கப் பட்டோருடன் இணைந்து புதிய சமூகம் படைக்கச் செயல் படுவதுதான்" என்றெல்லாம் நம்புபவர்கள். அதன்படி வாழ முடியாமல் மனநிலைக் கொந்தளிப்பிற்கு உள்ளாகிறார்கள். நிறுவனத்திற்காகத் தங்கள் பெண்மையை இழக்கிறார்கள். முரண் பாடுகளோடு வாழ்வதையே வாழ்க்கையாக்குகிறார்கள். ஆலயத்தில், சபை அமர்வில், தியானத்தில், வழிப்பாட்டில் வாய் முணுமுணுப்பதோ "ஒடுக்கப்பட்டோர் நம் சகோதரர்கள் சகோதரிகள்" என்பது. ஆனால் வாழ்வில் அதற்கு நேர்எதிராகப் பலர் செயல்படுவதைக் காணலாம்.

சமையல் வேலை, வீட்டு வேலை பார்ப்பவர்களைச் "சனியனுங்க... பன்னிமாதிரி திங்குதுங்க... எருமமாடுங்க..." மானாவாரியாகத் திட்டுவதைக் கேட்டிருக்கிறேன். முப்பதாண்டு களாக வயலில் வேலை பார்க்கும் 60 வயதுக்குமேற்பட்ட முதியவரை, "வாடா, போடா" எனப் பேசுவது ஆதிக்கத்

தடாகம் ● 53

திமிரின் வெளிப்பாடு. மோட்டார் எந்திரமுள்ள கொட்டகையே அவர்கள் தங்கவேண்டிய இடம்.

எப்பொழுதும் தூய்மையான வெள்ளை உடையணிந்து ஏழைப் பிள்ளைகள், பெற்றோர் முன் புனிதையாகக் காட்சி தருவது. அவர்களைக் கூனிக்குறுக வைப்பது, சிறுமைப் படுத்துவது, மண்டியிடவைப்பது, ஆசீர்வதிப்பது போல் தாழ்த்துவது என இவற்றை அறநெறி போதனைகளின் பேரால் காலங்காலமாக செய்துவந்திருக்கிறார்கள்.

பிற சகோதரிகளைப் பற்றி இழிவாகப் பேசுவது, சின்ன குறை களைப் பெரிதுபடுத்துவது, சாதிவாரியாக, மொழிவாரியாகச் சேர்ந்துகொண்டு பிறருக்குக் குழிபறிப்பது... சகதியை அள்ளி வீசுவது...

வற்றிய கிணறு போல் கிடக்கும் ஏழை மக்களின் நிலமையும், தண்ணீருக்குச் செத்த செடிகளாகத் தெரியும் குழந்தைகளும், போலீஸ் அராஜகத்தாலும் ஆண் ஆதிக்கக் கொடுமைகளாலும் கண்ணீர் வடிக்கும் பெண்களும், தாழ்த்தப்பட்ட மக்கள் சிந்தும் இரத்தமும் பலரின் உள்மனதைச் சுடுவதே இல்லை. எப்படியோ இறுகிய பாறைகளாகவே மாறிவிடுகிறோம்.

வழக்கமாக 40 வயதிற்கு மேற்பட்டவர்கள் கொள்கை, இலட்சியம், ஒடுக்கப்பட்டோர் பணி இவைகளை மெல்ல மறந்துவிடுகின்றனர். பின்பு சிறைவாழ்வே சுகமென்று நினைக்கும் பல்லாண்டு சிறைக்கைதியைப் போல், நிறுவனத்தை நிலை நிறுத்தவே இயந்திரமாக இயங்குகிறார்கள். ஆள்களை எப்படிப் பயன்படுத்தலாம் என்பதே பலரின் நிரந்தர யோசனையாகிறது. “இவுங்ககிட்ட பிழைக்கணும்னா... நாம எப்பயும் தாழ்வாகவே நடந்துக்கணும்” என்று ஆசிரியர்கள், பணியாளர்கள் பலர் சொல்ல கேட்டுள்ளேன்.

தூசி படிந்த பழைய சடங்குகள், சம்பிரதாயங்களுக்குப் புதுப்பொலிவு கொடுத்து அவற்றுக்குத் தூபம் போடவும், சொத்துக்கு மேல் சொத்து சேர்க்கவும் துடிப்பாகச் செயல் படுவார்கள்.

வயது ஆக ஆக, நிறுவன வேலை குறையக் குறைய உறவுக் காகப் பலர் ஏங்குகிறார்கள். வலைக்குள் இருந்துகொண்டே வெளியில் கிடைத்தவர்களைக் கிச்செனப் பற்றுகிறார்கள். சொந்த பந்தங்களுக்காக ஏங்குகிறார்கள். “கரித்துணியாக நான் பயன் படுத்தப்பட்டேனே” எனப் புலம்புபவர்கள் உண்டு. “நான் வீட்டில இருந்திருந்தா...” என்று தன் வாழ்க்கையை வீணடித்து விட்டதாக அங்கலாய்க்கிறார்கள். சிலர் இல்லாத ஒரு உலகில், பக்தி மோகத்தில், பரவச ஆராதனைகளில், புதுமைகளின் நம்பிக் கையில், தங்களையே இழந்தவர்களாக ஒரு அந்தரங்கத்தில், வேறொரு உலகத்தில் வாழ்ந்துகொண்டிருப்பதுபோல் காணப் படுவார்கள்.

யூதரான இயேசு அன்று பின்னப்பட்டிருந்த அடக்குமுறைச் சமயவலையை அறுத்துக்கொண்டு வெளியில் வந்தாரே. அன்றைய தலித்துக்களாகிய சமாரியரோடும் (Samaritan) ஒடுக்கப்பட்டோ ரோடும் தன்னை இணைத்துக்கொண்டாரே. அன்றைய தலைமைக் குருக்களுக்கும், சதுசேய, பரிசேயர்களுக்கும் எதிராகக் கிளம்பினாரே. அடக்கியாளும் ரோம சாம்ராஜியத்தைச் சாடி னாரே. அந்த இயேசுவைத் துறவு சபையார் உள்வாங்கவேண்டும்.

12

நான் இருந்த சபையில் பொதுத்தேர்தல் நடக்க இருந்தது. 'ஜென்ட்ரலேட்' உள்ள இடத்தில் 57 பிரதிநிதிகள் கூடியிருந் தார்கள். ஒரு வாரம் கூட்டம், காலை மாலை ஜெபங்கள், பிரார்த்தனைகள், ஆராதனைகள் ஏற்பாடு செய்யப்பட்டிருந்தன. இவை பிரதிநிதிகளை அமைதிப்படுத்தித் திசைதிருப்ப, மழுங் கடிக்க என்பது எனக்குப் பிறகுதான் தெரிந்தது. மதர் ஜென்ரலாக இருப்பவர்கள் தமக்கு வேண்டிய ஒருவரை முன்னதாகவே தேர்ந்தெடுப்பதற்குக் குறிப்பிட்டிருப்பதாகப் பேச்சு.

ஒடுக்கப்பட்ட மக்களை இலக்கு மக்களாகக் கொண்டு, முழு அர்ப்பணத்துடன் செயலாற்றவேண்டும் என்று இரண் டாண்டுகளாகவே கருத்தரங்குகள், ஆய்வுக்கூட்டங்கள் நடை பெற்றுக்கொண்டிருந்தன.

இக்கருத்துக்களை உள்வாங்கிய சில சகோதரிகள் சபைத் தலைவியாக நான் தேர்ந்தெடுக்கப்பட வேண்டும் என ஆசைப் பட்டார்கள் போலும். அப்படியொரு பதவியைக் கைப்பற்ற வேண்டும் என்ற ஆசை எனக்கில்லை. மதர் ஜென்ரலாக ஆப்போகிறவர்களை ஆதரித்துப் பலர், என்னை வழிமொழிந்து சிலர்.

எதிர்ப்புகளை அடியோடு அகற்றிவிட அதிரடி நடவடிக்கை ஒன்று நடந்தது. என்னை ஆதரித்து ஒரு சுப்பீரியர் சிலரிடம் பேசியுள்ளார்கள். அது 'மதர் ஜெனரல்' மாளிகையை எட்டு கிறது. உடனே அந்த இரவில் அந்த சுப்பீரியரை அழைத்து

வரச்சொல்லப்படுகிறது. ஜென்ரல் பெரிய மேஜைக்குப் பின்னால் "ரோலிங்சேரி"ல் அமர்ந்திருக்கிறார்கள். அவர்களுக்கு வேண்டிய மூன்று கவுன்சிலர்கள் வலப்பக்கம் நிற்கிறார்கள். ஒரு சாட்சி எதிர் அறையிலே நிறுத்திவைக்கப்பட்டிருக்கிறார். குற்றவாளியாக சிஸ்டர் வருகிறார், இடப்பக்கம் நிற்கிறார்.

"அந்த சிஸ்டருக்கு ஓட்டுப்போடச் சொன்னியா?"

"சொன்னேன்."

"சொல்லலாமா?"

"சொல்லலாம்."

சடசடவென்று துப்பாக்கிச்சூடு நடந்தாற்போல் வாக்கு வாதம், 'ஜெனரலேட்' அதிர்ந்தது. பயத்திலே இருட்டில் ஆங்காங்கிருந்தவர்கள் உறைந்துபோயிருக்கிறார்கள். இருட்டிலே வெளிச்சம்போட்டாற் போல் இந்நிகழ்ச்சிக்கு அழைக்கப்படாத மற்றொரு கவுன்சிலர் உள்ளே நுழைகிறார். "எதற்காக ஒரு சிஸ்டரை குற்றவாளியைப் போல நிற்கவைச்சுப் பேசுறீங்க? நானும் ஒரு கவுன்சிலர் தானே. என்னை ஏன் கூப்பிடல?"

சாதிய உணர்வுவிஷத்தைச் செலுத்தி வாக்காளர்களை மந்தப்படுத்த சிலர் இறங்கினார்கள். "தலித்துங்க எல்லாம் மதர் ஜெனரலானா அவுங்க சாதிபுத்தியக் காண்பிச்சிடுவாங்க...", "அப்படியே தலித்தே மதர்ஜெனரலாயிட்டா... தாழ்த்தப் பட்டோர் உயர்த்தப்படுவர்... உயர்த்தப்பட்டோர் தாழ்த்தப் படுவர்.... என்று போக வேண்டியதுதான்", இந்தச் சாதியப்பேய் தன் கோரமான உருவத்தைக் காட்டிப் பேயாட்டம் போட்ட சமயத்தில், சபையில், சங்கங்களில், சமூகத்தில் ஒடுக்கப் பட்டவர்கள் இழிவானமுறையில் சிலுவையில் அறையப்படும் போது, சுமக்கும் சிலுவையின் வேதனையை என்னால் அப்பொழுதுதான் உணரமுடிந்தது.

தகுதி வாய்ந்த ஒருவரை மதர் ஜெனரலாகத் தேர்ந்தெடுக்க பரிசுத்த ஆவியின் ஜெபம் உருக்கமாகச் சொல்லப்பட்டது. "என்ன போலித்தனம் இது, யாருன்னு தான் நிர்ணயம்

பண்ணிட்டாளுங்களே... அப்புறமென்ன கடவுளை ஆவியை ஏமாற்றும் ஜெப நாடகம்?" என முணுமுணுத்தனர் சில சகோதரிகள்.

"புனிதமான" தேர்தல் முடிந்தது. பரிசுத்த ஆவியின் வல்லமை யால் தேர்ந்தெடுக்கப்பட்டவர்களில் நானும் ஒருத்தி. நான் (Assistant Superior General) சபையின் துணைத்தலைவி, இந்திய நாட்டின் ஜனாதிபதிகள் பலரை 'ரப்பர்ஸ்டாம்ப்' என்பார்களே. அந்த நிலை சபையிலும் உள்ளது என்று மெல்ல மெல்ல தெரியவந்தது.

அசிஸ்டன்ட் ஜெனரல் சீனியர் சிஸ்டர்களைக் கவனிக்க வேண்டும் என்னும் பொறுப்புத் தரப்பட்டது. ஊர் ஊராகச் செல்லவேண்டும், சிஸ்டர்களைச் சந்திக்கவேண்டும், பயிற்சிக்கு ஏற்பாடுகள் செய்யவேண்டும், தியானங்கள் நடத்தவேண்டும், ஆக மொத்தத்தில் எழுதவேண்டும்; பேசவேண்டும். சுற்றிச் சுழன்றுகொண்டிருக்கவேண்டியது என் கடமை.

சபையின் நிறுவனத்தைக் கட்டிக்காக்க, சபையைச் சீராகக் கொண்டுசெல்ல, சபைக்குப் பேர்வாங்கித்தர, சிலர் கரும்புச் சாறு பிழியப்படுவது போல் பிழியப்படுகிறார்களே என்று உணர்ந்தேன். தம்முடைய சக்தியும், பணமும், நேரமும் ஒடுக்கப் பட்டோர் சமத்துவம் பெற பயன்படுத்தப்படுகிறதா? என்னும் கேள்வி என்னை எப்போதும் உறுத்திக்கொண்டே இருந்தது. சபை நிர்வாகம், வருமானம், வரவு, செலவு இவைகளைக் காணும்போது எனக்குச் சில உண்மைகள் புலப்பட்டன.

ஒடுக்கப்பட்ட மக்களுக்குப் பணியாற்றுவதற்காக வாங்கப் படும் பணத்தில் பெரும்பகுதி சபையின் சொத்தாக, நிலமாக, கட்டடமாக மாறுகிறது. சகோதரிகளின் வருமானத்தில் பெரும் சதவிகிதம் சபையின் விரிவாக்கத்திற்கும், கட்டடங்களுக்கும் செலவிடப்படுகிறது. சபையாரின் நேரங்கள், சமய சம்பிர தாயங்கள், சடங்குகள், வழிபாடுகள் தங்கள் ஆன்மாவைச் சுத்தம்செய்ய, திடப்படுத்த, சபையில் நிலைத்து நிற்க... இதை நோக்கியே அமையக் காண்கிறோம். தங்கள் சக்தியையும் தாம்

உயரத் தொடர்ந்து படிப்பது. பணம் சம்பாதிக்கும் ஆசிரிய வேலைகளில் நிரந்தரமாயிருப்பது... அரசியல் தந்திரம் போல் ஏழைகளைக் கண்காணிப்பது, துயர் துடைப்புப் பணி, வளர்ச்சிப் பணி, போன்றவை நற்செய்தியில் கூறியவாறு லாசருக்குப் (Lazar) பணக்காரன்போடும் ரொட்டித்துண்டுகள் போன்றவைதாம்.

லாசருக்கு ரொட்டித்துண்டுகள் போட்டுப் பசியாற்றிய பணக்காரன், லாசரைப் பக்கத்து இலைக்காரனாக நடத்தா ததினால் நரகத்திற்குச் சென்றான் என்றார் இயேசு. "ஒடுக்கப் பட்டோருக்கு உரிமை வாழ்வு வழங்கவே" தான் அபிஷேகம் செய்யப்பட்டதாகக் கூறித் தம் நேரம், சக்தி, ஆற்றல் அனைத்தையும் செலவிடவில்லையா நம் தலைவராகிய இயேசு?

"அடிப்படைச் சமுதாய மாற்றத்திற்கு வழிவகுக்கும் வகையில் மக்கள் சக்தியை ஒருங்கிணைக்க புதிய பணிகளை ஆங்காங்கே துணிவுடன் தொடங்கவேண்டும்" (தமிழ்நாடு-புதுவைத் துறவியர் பேரவை, சமூகச் செயல்பாட்டுப் பணி கொள்கை வரைவு 3-1-1) எனக் கொள்கைவரைவுக்குழுவில் நான் உட னிருந்து எழுதியது ஞாபகத்திற்கு வருகிறது.

ஆனால், ஒடுக்கப்பட்டோர் உரிமைக்காகச் செயல்படுவோர் சபையின் தலைமைப் பொறுப்புக்குப் பக்குவமற்றவர்கள் என்று மறைமுகமாகக் கருதப்படுவதை உணர்ந்தேன். தமக்குச் சாதக மானதைச் சாதித்துக்கொள்ள எப்படிப்பட்ட ஆள் தேவை என்று தேடுவதே எதார்த்த நிலை என்பதை அப்போதுதான் உணர்ந்தேன். சபைகளிலே குவிந்துகிடக்கும் ஆள்பலத்தை, ஆற்றலை, செல்வங்களைச் சக்கேயுவைப் (Zacchaeus) போல் எளியோருக்குப் பகிர்ந்தளிக்க துணியாதவரை அந்த 'வீட்டுக்கு', சபைக்கு 'மீட்பு' வருமா என்பது கேள்வி தானே.

13

துறவு வாழ்க்கை அமைப்புமுறையில் துறவிகளுக்கு ஏற்படும் பாலியல் பாதிப்புகள் என்ன? அப்பாதிப்பால் அவர்களின் மனிதம் எப்படிச் சிதைகிறது? அவர்களது பாலியல் சக்தி எப்படி வீணாகிறது? சில நேரங்களில் ஒடுக்கப்பட்டோரின் விடுதலை வீரியத்தையே நசுக்கிவிடுகிறதா?

மணத் துறவு வலுக்கட்டாயமாகத் திருச்சபையில் புகுத்தப் பட்ட காலம் முதல், துறவிகளின் பாலியல் பதுங்காட்டங்களைப் பார்த்தபொழுதும், கேட்டபொழுதும் இப்படியான கேள்விகள் எழுந்துகொண்டே இருக்கின்றன. துறவு வாழ்க்கை அமைப்பின் ஒவ்வொரு கட்டத்திலும் இப்பாதிப்புகள் வெளிப்படக் காண் கிறேன். ஒரு குரு தங்கியிருந்த அறையைத் துப்புரவு செய்வதற் காக வேலை செய்யும் பெண் சென்றாள். சிறிது நேரத்தில் பின்புற ஜாக்கெட் கிழிக்கப்பட்ட நிலையில் கதறிக்கொண்டு அவள் ஓடிவந்தாள். “என்னைத் தப்பா அந்த ஆளு இழுத்தாரு...” என்று குமுறி அழுதாள்.

அந்த ஆள் ஒரு முக்கியமான பொறுப்பு வகித்துவந்தவர். ஒரு முக்கிய கூட்டத்திற்குத் தலைமையேற்று நடத்த வந்துள்ளவர். பீடத்தின் மேடையில் அவர் நிற்கிறார். பூஜைக்காக அலங்கார ஆடைகளை அணிந்துள்ளார். தூபம் போடப்படுகிறது. மின் விளக்குகளின் வெளிச்சம் அவர் முகத்தின் மீது. என்றுமில்லாத பக்தி முகமூடியை அவர் அணிந்திருக்கின்றார். “இறைவன்” “இயேசு” என்ற வார்த்தையை அவர் பவ்வியமாக முணு முணுக்கும்போது அவ்வளவு பாசாங்கு.

“அந்த மனுஷனுக்கு இந்தப் பலவீனமிருக்கு” என்று பலர் பல இடங்களில் நடந்த அனுபவங்களைச் சொல்கிறார்கள். ஏன் இந்த நாடகம்? குருத்துவப் பயிற்சிக்காக ஏன் இந்த செலவு?

மறைமாவட்டத்தில் பெரும்பொறுப்பில் உள்ளவரிடம் வேலை கேட்டு ஒரு மணமான பெண் போயிருந்தாள். கலங்கிய கண்ணோடு திரும்பி வந்து சொன்னாள்: “என் கையப் பிடிச்சு இழுத்து...’ ‘என்னை விட்டுடங்கன்னு கெஞ்சினேன். அவனோ...” என்றாள்.

வேலை பார்க்கும் பெண்களும் சகோதரிகளும் அவர் அறைக்குப் போகமாட்டேன் என்று மறுப்பார்கள். ஆனால் அவர் “அபிசேகம் செய்யப்பட்டவர். அரசு குலத்தைச் சார்ந் தவர்”என்ற தோரணையில்தான் தங்க மோதிரம், தங்கச் சங்கிலி அணிந்து, தூய வெண்ணிற அங்கி தரித்துக்கொண்டு காரில் வந்து ஆலயத்தில் இறங்குவார். மணிகள் ஒலிக்கவேண்டும். பூமாலைகள் போடவேண்டும். அவர் தம் ‘திருக்கரத்தால்’ திரு மணத்தை நடத்திவைப்பார்.

திருச்சபையின் மேல்மட்டத்தில் இருப்பவர் ஒருவர். ஆசீர் வாதம் வாங்க ஒரு சகோதரி சென்றாள். அழகாக இருப்பாள். அழுகையோடும் பதட்டத்தோடும் வந்து: “நான் எதிர்பார்க்கவே இல்லை. அவர்கூட இப்படிச் செய்வாரென்று.”

ஏழை எளிய பெண்கள், குருக்களைச் சார்ந்து பிழைக்க வேண்டிய நிலையில் தள்ளப்பட்டவர்கள், எத்தனையோ பேர் அவர்களின் பாலியல் பலாத்காரத்திற்கு இரையாகியுள்ளதாக நான் கேட்டிருக்கிறேன். இதனால் கணவன் மனைவிக்கு இடையில் விரிசல் ஏற்பட்டுள்ளது. சில பெண்கள் திருமணமே செய்ய இயலாமல் தனிமரமாகக் கிடக்கிறார்கள். தற்கொலை செய்துள்ளார்கள். அவர்கள் கொல்லப்பட்டிருக்கிறார்கள். தற் கொலை செய்துகொண்டதாகக் கதை ஜோடிக்கப்பட்டுள்ளது. எத்தனையோ குருக்கள், சகோதரர்கள் தங்களிடம் படிக்கும் பையன்களை, வேலை செய்வோரைப் பாலியல் திருப்திக்காகப்

பயன்படுத்துவதாகக் கேட்டிருக்கிறேன். ஒரு பையன் சொன்னான், "அவன கண்டந்துண்டமா வெட்டணும் போலத்தான் இருக்கு... ஆனாலும் முடியலையே..." வெளியில் சொல்ல முடியாத அவமானத்தால் குன்னிப் போய்த் தற்கொலை செய்து கொள்வோர் எத்தனைபேர்.

இவர்கள் நடக்கப்போகும் விளைவுகளை அறியாமலில்லை. செய்யவேண்டுமென்று திட்டமிட்டும் செய்வதாகவும் சொல்ல முடியவில்லை. ஆனால் இந்தத் துறவுவாழ்க்கை அமைப்பிற்குள் நிர்ப்பந்திக்கப்படுகிறார்கள்.

பாலியலுக்காகப் பிறரைப் பயன்படுத்தும் துறவிகள், குருக்கள், மக்கள் முன்னிலையில் 'துறவு' என்ற வேடம் போடக் கட்டாயப்படுத்தப்படுகின்றனர். 'புனிதம்' என்ற பெயரால் பல மதச்சடங்குச் செயல்களைச் செய்ய தலைமை ஏற்கவேண்டி யுள்ளது. மறைவாக நடக்கும் செயல்களுக்கும் வெளிப்படையாக நடக்கும் செயல்களுக்கும் தொடர்ந்து முரண்பாடுகள் இருந்தே வருவதால் அவர்கள் பிளவுபட்ட ஆளுமை உடையவர்களாகி, அவர்களது மனித ஆளுமையே உடைந்த முகக்கண்ணாடி யாகிறது.

பெண் துறவிகள் எனப்படுவோரின் பாலியல் நிலைமையும் பல சிக்கல்கள் கொண்டது. சகோதரி ஒருவர் ஒரு பள்ளியில் பொறுப்பான பதவி வகிப்பவர்; பத்துப் பிள்ளைகளுக்குத் தகப் பனான ஒருவரிடம் மறைமுகமான பாலியல் தொடர்பிற்குத் தள்ளப்படுகிறாள். குடும்பத்தார் கெஞ்சிக் கேட்டுத் தடுக்கப் பார்க்கிறார்கள். இறுதியில் அந்தத் தகப்பனே சாவைச் சந்திக்க வேண்டியதாயிற்று. அந்தச் சகோதரியும் சபையைவிட்டு ஓடி ஒளிகிறார்.

ஒரு சபையில் தலைமைச் சகோதரிகளுள் ஒருவர் முதன்மைப் பொறுப்பிலிருக்கும் தலைவி தனக்குத் துணைக்கு இருந்த ஒரு சகோதரியோடு நெருக்கமான உறவுகொண்டு இருப்பதாகச் சபையில் பலரும் பேச ஆரம்பித்தார்கள். "யாரைக் கண்டாலும் எரிந்து விழுறாங்க... முகங்கொடுத்துப் பேசுவதில்லை. அவர்களப்

பார்க்கப் போகவே பயமாருக்கு..." என்று அத்தலைவியைப் பற்றி சகோதரிகள் முணுமுணுத்தார்கள். அவர்கள் இருவரைப் பற்றி யாராவது ஒரு வார்த்தை உதிர்த்தால் போதும் அவர்கள்மேல் இடி வந்து இறங்கும். இந்த உறவால் சபையே பல சலனங்களைச் சந்திக்கவேண்டியதாயிற்று. எல்லாவற்றையும் திசைதிருப்பும் முயற்சியில், சபையே ஒரு தீவிர பாதையில் செல்வதாக ஒரு பிரமிப்பும் உருவாக்கப்பட்டது.

இளம்சகோதரிகள், ஒரு இல்லத் தலைவியைச் சார்ந்து வாழவேண்டிய நிர்ப்பந்தத்தில் அவர்களின் பாலியல் ஆசை களுக்கு இவர்கள் விட்டுக்கொடுக்கவேண்டிய தர்மசங்கடத் திற்கு ஆளாகியிருப்பதாகச் சில சகோதரிகள் பகிர்ந்து கொண்டார்கள். அப்படியான சூழலில் பலியாகும் இளம் சகோதரி பிறரிடம் உறவாட, சுதந்திரமாகப் போகவரத் தடை செய்யப்படுகிறாள். சிறைச்சாலைகளில் சூழ்நிலைகாரணமாகத் தன்னின பால் உறவுகளுக்குப் பலர் நிர்ப்பந்திக்கப்படுவதாகப் படித்திருக்கிறேன். ஏறக்குறைய அதே நிலைமையில் இளம் பிள்ளைகள் தவிப்பதைச் சபைகளில் நான் பார்த்துவருகிறேன். மற்ற பாலின நபர்களோடு உறவாடும் சூழலில் அவர்கள் மகிழ்ச்சியில் ஆடிப்பாடுவதைக் காணலாம். அவர்கள் உடல் நிலையே வழக்கமான நிலைக்கு வந்தது போலிருக்கும். முகம் மலர்ந்திருக்கும். நோய் நொடி, மருந்து மாத்திரைகள் எல்லாம் எங்குபோய் மறைந்தன என்று வியப்பாக இருக்கும்.

ஆண் துறவிகளில் சிலர் அளவுக்கு மீறிக் குடிக்கும் நிலைக்குத் தள்ளப்படுகிறார்கள். சிலர் புகைக்க கட்டாயப் படுத்தப்படுகிறார்கள். இதனால் உடல் அதிகம் பாதிக்கப்படு வதை இவர்கள் உள்வாங்குவதாகத் தெரிவதில்லை. சிலர் சூழ்ந்துள்ள மக்களின் துயரங்களைப் பற்றிக் கவலைப்படாமல் அன்றாடம் அறுசுவை உணவைச் சாப்பிடுகிறார்கள். எதை உண்போம்? எதைக் குடிப்போம்? என்பதே இவர்களின் அன்றாட கவலையும் அக்கறையும் ஆவலுமாக இருப்பதாகத் தெரிகிறது.

சிலரின் எண்ணமெல்லாம் பதவி, பணம், விளம்பரம், பலரின் அங்கீகாரத்தையும் பாராட்டையும் பெறுவது என்று சென்றுகொண்டே இருப்பதாக உணர்கிறேன். காலத்திற்கேற்ற கோலம்போடுதல் இவர்களின் பெரிய யுக்தி. சிலரின் பாலியல் சக்தி, நரிவேலை பார்ப்பது, பிறருக்குக் குழிபறிப்பது, பிறர்மேல் சகதியைப் பூசுவது, எப்பொழுதும் யாரைப் பற்றியாவது வத்திவைப்பது, பேரைக் கொடுப்பது இவைபோன்ற செயல் களுக்காகவே பயன்படுத்தப்படுவதைக் காணலாம்.

இன்று கோடிக்கணக்கான மக்கள் கொடுமையான வறுமையை நோக்கித் தள்ளப்பட்டிருப்பதை உணர்ந்து விடுதலைக்காகவும் மாற்றுச் சமூகத்திற்காகவும் பலர் போராடிக்கொண்டிருக் கிறார்கள்.

தங்களை 'அண்ணகராக்கி'க் கொண்ட பலரின் பாடங்களும் போதனைகளும் மக்களை எலிகளாக்கவும், நண்டுகளாக்கவும், மலடாக்கவும், மந்தமாக்கவும் செய்வதைக் கண்டு என் இரத்தம் கொதித்தது. அந்நியர் ஆக்கிரமிப்பாலும் வந்தேறிகளின் வஞ்சகச் சூழ்ச்சிகளாலும் நிலமிழந்து, மண் இழந்து, மனித மாண்பிழந்து அடிமைகளாய், அடிவருடிகளாய், பசியிலும் வறுமையிலும் வாடி வதங்கிக்கொண்டிருக்கும் எம்மக்களுக்கு இந்த 'அண்ண கர்கள்' அளிப்பது என்ன? பூசை, நவநாள், தீர்த்தம், சுரூபம், ஆவியின் மந்திரிப்பு, ஆசீர்வாதம், திரு யாத்திரை, தேர், திரு விழா, கொடியேற்றம், கொடி இறக்கம், ஆடம்பரத்திருவிழா, அதிசய தாயத்து என்று மக்களையே காயடிக்கிறார்களே என்று நண்பர்கள் வட்டாரத்தில் பேசியதுண்டு.

மக்களை மலடாக்கி மாயை வாழ்விற்கு மயக்க மருந்தைச் செலுத்தும் அந்நிய துறவிகள், குருக்களைக் கன்னியர்களைக் கண்டிருக்கிறேன். இவர்களின் பாலியல் சக்தி அழிப்பதற்கும் குழப்புவதற்கும் பயன்படுகிறது. வேற்றுக் கலாச்சாரத்தையும் மொழியையும் சார்ந்தவர்கள், நம் தமிழ்மக்கள் மேல் சகோதர வாஞ்சையோடா இருக்கிறார்கள்? ஆதிதிராவிடர்களாகிய தலித் மக்களின் தாக்கத்தின்மேல் உண்மையான விடுதலைத் தாகம்

கொண்டவர்களாகவா செயல்படுகிறார்கள்? அரைகுறை ஆங்கிலக் கல்வியைநோக்கித் திசைதிருப்பித் தமிழ்மொழியின் பக்கவேர்களை அறுத்துவிட்டவர்கள். அவ்வாறு தமிழ்மக்களின் பணத்தை அறுவடைசெய்துகொண்டவர்கள், தமிழரின் பேச்சி லிருக்கும் வீச்சைக் குறைத்துத் தத்தித்தடுமாறி 'ஆங்கிலோ-தமிழ்' பேசுகிறவர்களாக அல்லவா நம்மவர்களை அவர்கள் மாற்றிவிட்டார்கள். தமிழ்மொழி அழிந்து போவதற்கும் தமிழ்க் கலாச்சாரம் அழிந்து போவதற்கும் வீரியத்தோடும் தந்திரத் தோடும் அவர்கள் செயல்படுகிறார்கள் என்றே நான் உணர் கிறேன். இந்த அழிவிற்கு இவர்கள் தமிழர்களையே பயன் படுத்துகிறார்களே. தமிழ்மக்கள், இந்த மண்ணின் மைந்தர்கள். இந்த 'அண்ணகர்கள்' முன்பு இவர்கள் இவ்வளவு சிறுமைப்பட்டு நிற்பதைக் கண்டு துடித்துள்ளேன்! இவர்களிடம் கைநீட்டிக் கெஞ்சி, கிடைப்பதைப் பெற்று வயிறு வளர்க்கவேண்டிய 'லாசர்களாக' அல்லவா நம்மவர்களை இவர்கள் நடத்துகிறார்கள் என வெதும்பியுள்ளேன். இவர்கள் தங்களை 'அண்ணகராக்கிக்' கொண்டு போடும் வேடத்திற்கு ஒரு இனம் முழுவதுமே பலியாகிறதே எனக் கொதித்துள்ளேன்.

ஜாதிய அனலைக் கொடூரமாக அனுபவித்தது துறவு சபை யாரின் மத்தியில்தான். அவர்களின் பாலியல் சக்தி ஜாதியைக் கட்டிக்காக்கச் செலவிடப்படுகிறதா, குடும்பத்தை உயர்த்திக் கொள்ள பயன்படுத்தப்படுகிறதா, ஜாதியத்தை வளர்க்க எரி பொருளாக்கப்படுகிறதா, தமிழரைத் துண்டாடி அவர்களில் தாழ்த்தப்பட்டோரென ஒரு கூட்டத்திற்குச் சாயம்பூசி, அவர் களுக்குச் சலுகை புரிவதாகச் சொல்லிப் பணம் சேர்த்து, தம் குடும்பத்தை, ஜாதியை, இனத்தை வாழ வைப்பதைத் தந்திரமாகச் செய்துவரும் துறவிகள் எனப்படுவோரில் பல முதியவர்களைக் கண்டிருக்கிறேன். இவர்களுக்குத்தான் நம்மவர்கள் எவ்வளவு மரியாதை செலுத்துகிறார்கள், எவ்வளவு விழாக்கள், எவ் வளவு கொண்டாட்டங்கள், என்னென்னஅபிஷேகங்கள், ஆரா தனைகள்.

துறவிகள் எனப்படுவோரின் பாலியல் சக்தியெல்லாம் இந்தக் குறிப்பிட்ட காலகட்டத்தில், குறிப்பிட்ட தமிழகச் சூழலில், குறிப்பிட்ட தமிழின மக்களின், இன்னும் குறிப்பாகத் தமிழ் கிறிஸ்துவர்களின், அதிலும் 75 விழுக்காடு ஒடுக்கப்பட்டுக் கிடக்கும் தலித் மக்களின் ஆக்கப்பூர்வமான விடுதலைப் பணிக் காகச் செயல்படுவதாக எனக்குத் தெரியவில்லை. மாறாக, எம் மக்களின் இனத்தின் அழிவுக்காகத் தந்திரமாகச் செயல்படுவதை என்னால் காணமுடிகிறது.

இதையெல்லாம் பொதுநிலையினர் அறியாமலில்லை. அவர் களிடம் பேச்சுக்கொடுக்கும்போதெல்லாம் அவரவர் பங்குகளில், பணித்தளங்களில் துறவிகள் எனப்படுவோரின் பாலியல் பதுங் காட்டங்களை அவர்கள் வெளிச்சம்போட்டுக் காண்பிக்கிறார்கள் தான்.

துறவிகள் எனப்படுவோரும் இதை அறியாமலில்லை. இளம் சகோதரிகள், சகோதரர்களிலிருந்து, மூத்த சகோதரிகள் சகோ தரர்கள் வரை இப்பதுங்காட்டங்களைச் சுட்டிக்காட்டுகிறார்கள் தான். குறிப்பாகத் தமிழ் இன உணர்வு கொண்டவர்களும் தலித் இன மாண்பு கொண்டவர்களும் பாலியல் பதுங்காட்டத்தின் தந்திர யுக்திகளை வெட்டவெளிச்சமாகப் பேசுகிறார்கள்.

இருப்பினும் எப்படி இத்துறவிகள் ஒருவர் ஒருவரைப் பார்த்து வணக்கம் செலுத்துகிறார்கள். வெளிப்படையாகப் பெயர்சொல்லி ஜெபிக்கிறார்கள். சகோதரத் தழுவல் செய்கி றார்கள். சம்பிரதாயக் கும்பிடு போடுகிறார்கள். பொய்மையான ஆசிபோடுவதும் ஆசிவாங்குவதும் எனக்கு வேடிக்கையாக யிருக்கும்.

முதுமையை அடைந்த பல துறவிகள் ஏனோ திருப்தியற்ற நிலையில் வாழ்வை இழுத்துக்கொண்டு போவதை நான் கண்டிருக்கிறேன். பணத்திற்கோ, உணவிற்கோ, உடைக்கோ, மருத்துவத்திற்கோ, இவர்களுக்கு எந்தக் குறையும் இருப்பதாகத் தெரியாது. இருப்பினும் இவர்கள் மகிழ்ச்சியை வற்றச் செய்தது எது? இவர்கள் நிறைவடையாமல் குறைபடுவது எதனால்?

அத் துறவிகளுக்கு நாற்பது வயதுதான் ஆகியிருக்கும். அதற்குள் அவர்கள் முதுமையடைந்து விட்டவர்களாக நடப்பதும் பேசுவதும் அரைத்ததையே அரைப்பதும், சும்மாவே பொழுதைப் போக்குவதும் அன்றாட எதார்த்தங்களாகிவிட்டன. இந்தச் செயற்கை முதுமையை அவர்கள் அடைய காரணமென்ன?

துறவுவாழ்வின் அமைப்பில், தனிமனிதப் பாலியல் தேவையில் எதேச்சதிகாரம் கோலாச்சுகிறது. அவ்வமைப்பை உள்வாங்கிய பலரின் மனிதத்தைச் சிதைக்கிறது. இவர்களின் பாலியல் சக்தி "மடைமாற்றமாகி" ஒடுக்கப்பட்டோர் விடுதலைக்குப் பயன்படுவதில்லை. மாறாக, நிறுவனத்தை நிலைநிறுத்த, ஒடுக்கப்பட்டோரை ஏமாற்ற, மீண்டும் புனிதம் பூசிய புதிய அடக்குமுறைகளைச் செலுத்தும் வேறொரு ஒடுக்குமுறையாக மாறுகிறது.

14

வட்டாரத் தலைவியாக இருந்த ஆண்டில் ஒரு முச்சந்தியில் வந்து நிற்பது போல் அனுபவம் ஏற்பட்டது. எந்தப் பாதையைத் தேர்ந்தெடுப்பது என்ற போராட்டமும் ஆரம்பமானது.

எக்காலத்திலும் இல்லாத அளவுக்கு வறுமை என்ற கறையான் கூட்டம் கூட்டமாக மக்களை அரித்துக்கொண்டிருக்கிறது. கோடான கோடி மக்கள் வறுமையென்ற குப்பைமேட்டில் கொட்டப்படுகிறார்கள். பொருளாதாரத்தில் பெருத்திருக்கும் பணமுதலைகள், சமூகத்தின் அரசியல், கலாச்சாரம், சமயம், கல்வி, தொடர்புசாதனம் போன்ற எல்லாத் துறைகளுக்குள்ளும் ஊடுருவி அவற்றைத் தம்வசப்படுத்தியுள்ளனர். அந்த வலைக்குள் இன்றைய சமயங்களும் மாட்டிக்கொண்டிருக்கின்றன. சபை களோ, திருச்சபையோ கறையான்களை அழிப்பதற்குப் பதி லாகச் சமயத்தை அதன் மதிப்பீடுகளை கறையான்களுக்கு இரையாக்கிக்கொண்டிருக்கின்றன. இப்படிச் சபையிலே சமூகப் பகுப்பாய்வு நடந்தது.

இன்றைய அநீத சமுதாயத்தில் நம் பணி என்ன? இறை வாக்கினர் பணியே நம் அழைப்பு. ஒடுக்கப்பட்டோருடன் தோழமை கொண்டு அவர்கள் விடுதலைப் பயணத்தில் பங் கெடுக்கவேண்டும். ஒடுக்கும் சக்திகளை இனம்கண்டு அவற்றுக்கு எதிராகப் போராடவேண்டும், மாற்றுச் சமுதாயம் அமைப்பதில் நாம் பிறருடன் தோழமைகொண்டு செயல்படவேண்டும். அடித் தள மக்களோடு நம்மை இணைத்துக் கொண்டு ஏழைகளின் சார்பாக நிற்கும் சபையாக ஏழைத் திருச்சபையாக நாம்

மாறவேண்டும் என்றெல்லாம் தமிழ்நாடு - புதுவை துறவியர் பேரவையிலும் (T.N.C.R.I.) இந்தியத் துறவியர் பேரவையிலும் மிகத் தீவிரமாகப் பேசப்பட்டது எனக்குள் தீமூட்டப்பட்டது போல் இருந்தது. "தீயை மூட்டவே வந்தேன்" என்ற இயேசுவின் வார்த்தைகளை அப்பொழுதுதான் அதிகம் உணர்ந்தேன்.

சபை விடுதலைப் பணியில் முழுவீச்சோடு இறங்கவேண்டு மென உணர்வு பரவியது. சபையின் சக்தி, நிறுவனம், ஆள்கள் அனைத்தும் ஆண்டவரின் இப்பணிக்கு அர்ப்பணிக்கப் பட வேண்டும் எனச் சபையில் சிலர் முனைப்போடு பேசினோம். அதற்காகச் சபையாரைத் தயாரிக்க, தியானங்கள் கொடுக்க தாமே முன்வரவேண்டும் என உணர்ந்தோம். அப்பொறுப்பில் செயல்பட நியமிக்கப்பட்டேன்.

நான் இருந்த வட்டாரத்தில் விழிப்புணர்வுச் செயல்பாடுகள் நடத்த திட்டமிடப்பட்டது. தியானங்கள், வழிபாடுகள், கூட்டங்கள் என அனைத்திலும் இறைவாக்குப் பணி வலியுறுத்தப் பட்டது. ஒத்த சிந்தனையாளர்கள் அவ்வப்பொழுது கூடினோம். கலந்துரையாடினோம்.

எனக்குள் மூட்டப்பட்ட தீயைத் தொடர்ந்து எரியவைக்க ஏழைமக்களுடன் உறவு கொண்டேன். இவர்களுக்காகச் செயல் படும் இயக்கங்களைச் சந்தித்தேன். இயக்கத்தாரை அனுபவப் பகிர்விற்காக அழைத்தேன்.

பெரியார் பூணூல் எதிர்ப்புச் செய்ததுபோல் நான் அங்கிப் புறக்கணிப்புச் செய்யவேண்டும் என உணர்ந்தேன். அங்கிக்குப் பின்னால் அடிமைத்தனத்தின் வரலாறு இருப்பதாக எனக்குப்பட்டது. காலனிய அடிமைத்தனம், மேலைநாட்டு மோகம், நம் மண்ணின் மக்களிடமிருந்து பிரிந்தநிலை, கூண்டில் அடைக்கப்பட்ட பறவையின் மனநிலை, பழமை, மூடியநிலை, பந்தா, சமயச்சாயம், செயற்கைவாழ்வு, வழிபாட்டுக்கூட்டம், கந்தலில் இருக்கும் ஏழைமக்களை ஏளனப்படுத்தும் தன்மை, இரண்டாம் வத்திக்கான் சங்கத்திற்கு முன்பு... இப்படியான தெளிவு எனக்குள் ஏற்பட்டது.

அங்கிபோய் சேலைவந்தது. பெண்களோடு ஐக்கியமான சகோதரத்துவம், எளிமை, விடுதலை வேட்கை, புதுமை, திறந்த மனம், இயற்கை வாழ்வு, சுதந்திரப் பறவையின் மனநிலை, இரண்டாம் வத்திக்கானுக்குப் பிறகு புதிய சமூகம் படைக்க புறப்பட்டவர்களோடு இணைந்து புதிய பாதையை மேற்கொள் வதாக உணர்ந்தேன்.

சபையில் முதியவர்களிலிருந்து சிறியவர்கள் வரைக்கும் அனைவருக்குள்ளும் புதிய கருத்துக்களை விதைக்க எனக்குள் ஏதோ ஒரு துரிதமும் ஆர்வமும் ஏற்படுவதாக உணர்ந்தேன். கிராம அனுபவம், சேரி அனுபவம், மக்களிடம் கலந்துரையாடல் என்றெல்லாம் நாம்செல்ல வேண்டும். அதன் அடிப்படையில் தியானிக்கவேண்டும், செயல்படவேண்டும் என்ற துறவியர் பேரவையின் முடிவுகளைச் சொன்னேன். திருச்சபையின் சமூகப் போதனைகளைப் பகிர்ந்துகொண்டேன்.

இப்பொழுதுதான் சபையில் சிலரின் உண்மை உருவம் தெரிய வந்தது. ஏழைகளின் சார்பாகச் செயல்பட நம் நேரத்தையும் நிறுவனத்தையும் பணத்தையும் செலவிட நாம் தயாராவோம் என்று கருத்துக்களை முன்வைத்தால் சில மூத்த சகோதரிகள் முணுமுணுத்தார்கள். "அவுங்க அந்த தாழ்ந்த ஜாதியில பொறந்ததுனாலதான் அவுங்க ஜாதிக்காரங்களுக்கே உழைக்கணு முனு சொல்றாங்க..." இதைக்கேட்டவுடன் ஓடிக்கொண்டிருக்கும் இரத்தம் கப்பென உறைவது போலிருந்தது.

"நீங்க என்ன கூடிக் கூடி ஏதோ பேசுறீங்களாம்... என்ன நெனச்சுக்கிட்டிருக்கிங்க..." என்று சபை மேலிடம் என்னைப் பயமுறுத்தியது. ஒத்த சிந்தனையாளர்கள் கூடுவதைத் தடை செய்தாற்போலிருந்தது. எங்களுக்குள்ளும் ஏதோ சலனங்களை ஏற்படுத்திச் சேரவிடாமல் செய்தது.

ஒடுக்கப்பட்ட மக்களின் கொடிய வறுமை, அவர்களுக்கு ஏற் பட்டுள்ள அவமானம், அவர்களில் பெண்களுக்கு ஏற்பட்டுள்ள கீறல்களும் வேதனையும், அவர்களின் குழந்தைகளுக்கு ஏற் பட்டுள்ள பரம்பரை வடுக்களும் மௌன அழுகையும் குமுறலும்

நம் மனத்தைத் தொட்டு நம்மை ஓ என்று கத்தி அழச்செய்யாத வரை சபையார் மானிட உணர்வோடு செயல்படப்போவதில்லை என உணர்ந்தேன். "ஆயனில்லா ஆடுகள் போல்... அவர்கள் இருப்பது கண்டு அவர்கள்மேல் மனமிரங்கினாரே இயேசு" அப்படி சபையின் மேலிடம் உணர்வதாகத் தெரியவில்லை. ஆனால், ஏழைகள் மேல் இரக்கம் கொண்டிருப்பதாக நாடகம் நடத்துகிறதோ என்று எண்ணத் தோன்றியது.

சபைக்குள்ளே பணியாளர்களிடம் மனித மாண்போடு உற வாடுவது, நீதியான ஊதியம் வழங்குவது, ஏழை மக்களுக்கு நம் நேரத்திலும் செயல்பாட்டிலும் முன்னுரிமை அளிப்பது, கிராமங்களுக்குச் செல்வது, இயக்கங்களோடு இணைவது, பொதுநிலையினர் போராட்டங்களில் கலப்பது - என்றெல்லாம் பேசப்பட்டபோது சபை தன் சுயரூபத்தைக் காட்டியது, மறை முகமாகக் கட்டளை இட்டது; "தீவிரவாதியாகப் பேசு... ஆனால் மிதவாதியாக இரு", "ஏழைகளோடு தோழமை கொண் டிருப்பதாகச் சொல்... ஆனால் செயல்படாதே", "சின்னஞ் சிறிய வரின் சிரிப்பில் இறைவனைக் காண்கிறேன்" என்கிறார்கள். அந்த ஏழைகள் ஏமாறுகிறார்கள், ஓட்டுப்போடுகிறார்கள். ஓட்டு வாங்கி அவர்கள் கோட்டையைப் பிடிக்கிறார்கள். இந்த அரசியல் யுக்தி சபையில் நடக்கிறதே என்று என் மனம் கொதித்தது. ஏழைகள் சார்பாக இருப்பதாய்ப் பேசியவர்கள் திட்டமிட்டபடியே அதை ஒரு தந்திர யுக்தியாகப் பயன் படுத்திக்கொண்டு பதவியைப் பிடித்ததைக் கண்டேன். அது நான் வாழ்ந்த சபையில் மட்டுமல்ல, மற்ற எல்லா சபைகளிலும் நிகழ்வதைக் காணமுடிந்தது.

திருச்சபையிலும் துறவு சபைகளிலும் நடைபெறும் வழிபாடு களும், விசுவாசப் பிரமாணங்களும், பிரசங்கங்களும், தியானங் களும், கருத்தரங்குகளும், பிரகடனப்படுத்தும் விருது வாக்கு களும் அன்றாட வாழ்க்கையோடு ஒப்பிடும்போது எவ்வளவோ முரண்பாடு கொண்டிருப்பதாக நான் உணர்ந்தேன். "உன் வார்த்தை 'ஆம்' என்றால் 'ஆம்', 'இல்லை' என்றால் 'இல்லை'

என்றிருக்கட்டும்" என்றார் இயேசு. ஆனால் முரண்பாடுகளோடு சமரசம் செய்துகொண்டு வாழ்ந்து பழகும் கலாச்சாரம் துறவு சபைகளில் வேர்ப்பிடித்திருப்பதாகத் தெரிந்தது. நானோ என்னை அந்த உறவிலிருந்து துண்டித்துக்கொள்ளவேண்டும் எனத் துடித்தேன். அது என் நைனாவின் பண்பு என்றே என் மனத்தில் பளிச்சிட்டது.

அந்நாள்களில் துறவு வாழ்வு எனக்கு இப்படிப்பட்டது: மக்களின் கவலையையும் கண்ணீரையும் காணாத, கேட்காத அளவுக்குத் தம்மை மாயக் கோட்டைக்குள் அடைத்துக்கொண்டு வாழும் வாழ்வு. சிரித்த முகமூடிகள் அணிந்தோர் வாழும் வாழ்வு... "இது மேன்மையானது" என்னும் பொய்மை எண்ணத்திலிருந்து நான் விடுபடவேண்டும். இதன் வழியாகச் சமூகத்திற்கு நான் விடுதலைப் பணியை ஆற்றிவிடலாம் என்று என்னையே ஏமாற்றிக்கொள்ளும் உணர்விலிருந்து விடுபட வேண்டும்.

நான் கண்டுகொண்டுள்ள உண்மைகளின்படி வாழ பாது காப்புக்காக நாம் பற்றிக்கொண்டிருக்கும் நம் பதவிகள், சபைகள், அடிமைப்படுத்தும், மயக்கும், மந்தமாக்கும் மதச் செயல்பாடுகளைக் கடந்தகாலமாகக் கைவிடவேண்டும் என உணர்ந்தேன்.

"பணவேட்டைக்காரர்களும் பதவிவேட்டைக்காரர்களும் ஒரு நாளும் சமதர்ம சமுதாயத்தை விரும்பமாட்டார்கள்" என்று பெரியார் சொன்னதை நான் திருச்சபைக்குள் அதிகமாக உணரமுடிந்தது. சமூக வீட்டிலிருந்து வெளியே தள்ளப் பட்டிருக்கும் மக்களோடு சேர்ந்து வாழவேண்டும். அவர்கள் தங்களுக்கான உரிமைகளைக் கேட்டுப் போராடும் பயணத்தில் தோழமை உணர்வோடு செயல்படவேண்டும். நீதி நமக்கு மையமான சமூக ஒழுங்குமுறையாக இருக்கவேண்டும். சுதந்திர மாக ஏழை மக்களின் வாழ்வில் பங்கெடுக்கவேண்டும்.

ஒரு பாதை நான் பழகித் தேய்ந்துபோன பாதுகாப்பான போலியான துறவு வாழ்வு; மற்றொரு பாதை எம் ஒடுக்கப்பட்ட

இனமக்கள் சிதறிக்கிடக்கும் கிராமப்புறம் குண்டும் குழியுமாக இருளாகக் கிடக்கும் பாதை.

எதைத்தேர்ந்துகொள்வது? இந்தக் கட்டத்தில் ஒரு மனப் போராட்டத்தையே நான் சந்தித்தேன். சபையைவிட்டு வெளி யேறுவதா? இருப்பதா? உண்மை வாழ்வா? போலி வாழ்வா? இது பகலும் இரவுமாக வந்துபோய்க்கொண்டிருந்தது.

இதே தேடலிலும் போராட்டத்திலும் என் நண்பர் சந்திரனும் இருந்தார். அவர் இயேசுவின் பூவான தன்மைகளையும் புயலான தன்மைகளையும் உள்வாங்கியிருந்தார். சபையில் சமையல் கட்டில் வேலைபார்க்கும் பணிப்பெண்கள் முதல் மூத்த சகோ தரிகள்வரை அனைவரிடமும் ஒரு தென்றலாக உறவாடுவார். எளிமையாக உடுத்தி எளியவராகப் பழகி, எளியவர்களின் நலனுக்காக வாழவேண்டுமென்ற ஆசையை வாழ்க்கையில் முதன்மையாக வைத்திருந்தவர். நகர்ப்புறத்திலுள்ள ஒரு குப்பத்தில் தங்கி அம்மக்களோடு வாழ்ந்தார். ஒடுக்கப்பட்ட மக்களின் துயரங்கள் தன்னைச்சுட அனுமதித்தவர். அவர்களின் விடுதலைக்காக வாழ்வதே இன்றைய வரலாற்றில் மனிதம். ஆன்மீகம், ஆழ்ந்த அழைப்பு என உணர்ந்தவர். இவற்றுக்கு மத்தியில் குழந்தையாக வாழ்வை ரசிக்கும் தன்மையைக் கொண்டிருந்தார்.

நான் உறைந்துபோயிருந்த நாள்களில் விடுபடுவதற்குத் துணை யாக இருந்தார்.

பெண் துறவு சபைகளின் நிலைமையை நான் புரிந்துகொள்ள முயற்சி செய்தபோது ஆண் துறவு சபைகளும் அடிப்படையில் அதே நிலையில் இருப்பதைச் சுட்டிக்காட்டினார்.

இயேசு யூதராகப் பிறந்திருந்தும் அன்றைய கால சமாரிய தலித் மக்களுடன் தன்னை ஐக்கியப்படுத்திக்கொண்டு வாழும் சமத்துவ மதிப்புகளை அவர் உள்வாங்கியிருந்தார். சமுதாய மாற்றத்தை விரும்பும் நாம் ஒடுக்கப்பட்ட மக்களுடன் முதலில் நம்மை இணைத்துக்கொள்ளவேண்டும் என்பதில் தெளிவு ஏற் பட்டது.

இந்த ஒரு முடிவுக்கு நாங்கள் பலவற்றைத் துறக்கவேண்டும் எனத் தெரிந்தது. துறவு சபை என்பது நிறுவன அமைப் பினால் இறுகிப்போய் ஒடுக்கப்பட்டோரிடமிருந்து வெகு தூரத்திலிருக்கிறது. அது ஆளும் வர்க்கத்திற்குச் சேவகம் புரிந்து அதன் அருகில் இருக்கிறது என்று கண்டோம். அது ஒடுக்கப்பட்டோரின் விடுதலையில் நீடித்துச் செயல்பட இயலாதவாறு நிறுவனப்பிடியில் இருக்கிறது. அது புனித சாக்கைப் போர்த்தி உள்வருபவர்களை மெல்ல மெல்ல அந்நியப்படுத்துகிறது, அன்பாக அரவணைக்கிறது, நிலபிரபுக்கள் போல் நடத்தி அனைத்துத் தேவைகளையும் பூர்த்தி செய்வ தாகக் காட்டி ஆலிங்கனம் செய்கிறது. மேலைநாட்டு மோகத்தைத் தூண்டி, உரோமாபுரியில் படித்தால்தான் ஞானம் எனத் தூண்டில் புழுவாக அதைப் பயன்படுத்துகிறது. இது பொதுவாக ஆண், பெண் துறவு சபைகளைப் பற்றி நாங்கள் புரிந்துகொண்டது.

இப்புரிதலுக்குப் பின் துறவு சபை சிறையிலிருந்து விடு படுவது பற்றிச் சிந்தித்தோம். பழக்கப்பட்டுப்போன துறவு வாழ்வைத் துறப்பதால் நாங்கள் சந்திக்கவேண்டியவைகளைக் கணக்கிட்டோம். பாதுகாப்பு, பதவி, அறிவார்ந்த முறையில் தொடர்ந்து செயலாற்றினால் பாராட்டுகள், மதிப்பு, பணவசதி, சிறிய கல்லைப் புரட்டிய செயலுக்குப் பெரிய பதக்கம், நினைவுச் சின்னம்... என்றெல்லாம் தோன்றியது. இவையனைத்தும் இயேசுவின் மதிப்பீடுகளுக்கு முரணானவை. ஒடுக்கப்பட்டோர் சார்பாக அவர் தேர்ந்துகொண்ட வாழ்வு என்பது எங்களுக்குச் சவாலாக இருந்தது.

“வாளையே கொணர்ந்தேன்...” என்னும் இயேசுவின் கூர்மை யான வார்த்தைகள் ஒடுக்கப்பட்டோர் சார்பாக அல்லது ஒடுக்குவோருக்குச் சார்பாக என்று இரண்டு குழுக்களாக மக்களைப் பிரிப்பதாக உணர்ந்தோம். அவர் ஒடுக்கப்பட் டோருக்கு உரிமை வாழ்வு வழங்க எடுத்த முடிவு எங்களைத் திடப்படுத்தியது. இறுதியில் புதுப்பாதையில் பயணம் தொடங்குவது என்று முடிவெடுத்தோம்.

15

நாங்கள் தேர்ந்துகொண்ட பாதையில் தலித் மக்கள் வாழும் கிராமங்களைச் சந்தித்தோம். அந்தக் கிராமங்களின் வசந்தமும் வறட்சியும், தலித் மக்களின் புடம்போடப்பட்ட தங்கத் தன்மைகளும் அவர்களது இயலாமை எதார்த்தங்களும் எங்கள் சிந்தனைகளைக் கலங்க வைத்தன. உணர்வுகளைக் கிளறின. இவற்றிற்கு மத்தியில் நாங்கள் கண்ட சூரியோதயங்களும் மேக மூட்டங்களும்.

உடைந்த முகக்கண்ணாடியாகக் கிராமங்கள், பல ஆயிரம் ஆண்டுகளாகவே சாதிவாரியாகப் பிளவுபடுத்தப்பட்டுக் ஒரு கண்ணில் வெண்ணையும் மறுகண்ணில் சுண்ணாம்பும் வைத்தாற் போல்தோன்றும், உயர்ந்த ஊர்ப்பகுதியும் தாழ்ந்த காலனிப் பகுதிகளும். குண்டும் குழியுமான நடைபாதைகள். மஞ்சள் காமாலை பிடித்தாற்போல் தெருவிளக்குகள். பாழடைந்த பள்ளிக்கூடங்கள். குடிகாரனைப் போல் கத்திக்கொண்டிருக்கும் பஞ்சாயத்து ரேடியோக்கள். பேருந்துக்கு ஏழு எட்டு கிலோ மீட்டர் நடக்கவேண்டிய அவதி. ஒரு பக்கம் எழில்மிகு சென்னையை உருவாக்க கோடி கோடியாக ஏழை மக்களின் வரிப்பணம் கொட்டப்படுகிறது. மறுபக்கம் கிராமங்களுக்குக் கிழிந்த கந்தலை உடுத்தி அசிங்கப்படுத்துவது போன்று நீடிக்கும் புறக்கணிப்புகள்.

இந்தக் கந்தலுக்குள் தலித் மக்கள். "என்னம்மா களை எடுக்கிறீங்களா?", "வாயம்மா... குந்தேன்... இந்தா மலாட்ட... தின்னு..." என்றார் ஒரு மூதாட்டி. "யாரு பெத்த பிள்ளைங் களோ... நமக்காக நடையா நடக்குதுங்க..." என்று சொல்லிக் காராமணியைக் கொடுத்து, "அவுச்சு தின்னு யம்மா..." என்றார் மற்றொருவர். ஒரு நாள் இரவுக்கூட்டம் முடிந்து திரும்ப வேண்டிய நேரத்தில், "இந்தப் பாவிப்பய ஊருல காப்பித் தண்ணி டீ தண்ணிக்குக்கூட வழியில்ல... பசியோட எப்படி அனுப்புறது... இருயம்மா... சத்த நேரத்தில ரசம் வச்சிடுறேன்..." என்று இருக்கவைத்துச் சமைத்துச் சாதம்போட்டார்கள். நான்கு இளைஞர்கள் 5 கி. மீட்டர் தூரம் எங்களோடு வந்து இரவிலே வீடு சேர்த்துவிட்டுத் திரும்பினார்கள்.

“எனக்கு என்ன யம்மா வேணும்? இந்த வயித்துக்கு இம்புட்டு கஞ்சி, தலைக்குச் சொட்டு எண்ண... மேலுக்கு ஒரு கந்தல்...” சாதாரண லுங்கி, துண்டு, டீ, பீடி இவைகளுக்குள் தங்களை அடக்கிக்கொண்டு கணீரெனப் பேசிச் சிரிப்பவர்கள்.

“அந்த அய்யா வீட்டில 25 வருஷமா நான்தான் ‘பீ’த் துணி அலசினேன். பத்துபாத்திரம் தேய்ச்சேன், சலவை செய்தேன்...” என்று சொல்லும் மூதாட்டிகள் உண்டு. “இதெல்லாம் எனக்கு விபரம் தெரிஞ்ச கறுங்கும்முனு கிடந்த காடுங்க. முள்ளும் பொதருமா இருந்துச்சு... இப்போ ஒவ்வொரு ஏக்கரும் இலட்சக் கணக்கில போவுது... நாங்கதான் அந்தக் காட்ட அழிக்க மாடா உழைச்சோம்” என்று காப்புக் காய்த்த கைகளையும், காயப்பட்ட கால்களையும் காட்டும் பெரியவர்கள்.

சரிந்த கூரைகளும், சாய்ந்த மண்சுவர்களும், வெறும் கோவணத்தோடு குந்தியிருக்கும் வயோதிகர்களும், கந்தை களைச் சுற்றிக்கொண்டு வேலிகாத்தான் முட்களைப் பொறுக்கிக் கொண்டிருக்கும் பெண்களையும், நொய் அரிசியையும், நாலணா எட்டணாவுக்குக் காய்களையும், மூன்றாந்தரமான பல சரக்குச் சாமான்களையும் வாங்கி வந்து சாப்பாடு வடித்து அரை வயிற்றுக்குச் சாப்பிட்டுக்கொண்டிருக்கும் அவலநிலைகளை அன்றாடம் கண்டோம்.

எமது இந்தக் கிராமப் பயணத்தில், தலித் மக்களோடு கலக்கும் காலத்தில், நாங்கள் இரட்டைப் பறவைகளாக இணைந்து செயல்பட்டது தனித்துவம்கொண்டது. உயிரோடு உயிர் கொள்ளும் தோழமையில்தான் மனிதம் முழுமைபெறும் என்றே எனக்கு இப்பொழுதுதான் தெரிகிறது. நான் ஏன் பிறந்தேன் என்ற புதிரே இந்த உறவில்தான் விளங்குகிறது. இரவோ பகலோ, வெயிலோ, மழையோ எல்லாமே சுகமானது என்ற உணர்வு உயிர்த் தோழமையில் தோன்றுவது என்பது எவ்வளவு உண்மை.

வாழ்க்கையின் வசந்தங்களை வீணாக இழந்துபோனேனே என்று அவ்வப்போது உணருகிறேன். எனினும் உண்மையென

என் இதயத்திற்குப் பட்டவண்ணம் சுதந்திர மனுஷியாக இப்பொழுது வாழ்கிறேன்.

"இவர்கள் ஒன்றாய் இருப்பார்களாக" என்று மன்றாடினாரே இயேசு, அது இதற்குத் தானோ.

தமிழகத்தில் ஒடுக்கப்பட்டோர்மீது நடத்தப்பட்ட வன் முறைச் செயல்களை ஆய்வு செய்ய, அர்த்தமுள்ள புதிய அர்ப்பண வாழ்வு பற்றிப் பகிர்ந்துகொள்ள, சாலையோரப் பிள்ளைகள் இயக்கமாக வளர, பயிற்றுவிக்க, தொண்டர்களுக்குப் பயிற்சியளிக்க, கிராமங்களில் துறவறத்தார் ஈடுபட, கருத்துப் பரிமாற்றம் செய்ய, கிராமங்களில் தலித் இளைஞர், இளம் பெண்களுக்குக் கூட்டம் நடத்த, திருச்சபையின் சீர்திருத்த சமூகக் கருத்துக்களைப் பகிர்ந்துகொள்ள அழைக்கப்பட்டது. ஒடுக்கப்பட்டோருக்காக நாங்கள் ஏற்றுக்கொண்ட புதிய வாழ்வைப் பலரும் புரிந்துகொண்டதையும் அங்கீகரிப்பதையும் எங்களுக்கு வெளிப்படுத்தியது. அந்தச் சமூக அங்கீகாரம் எங்கள் வாழ்க்கைக்கு உரமானது.

நாங்கள் எடுத்த புதிய முடிவு வீட்டிலும் வெளியிலும் அதிர்வுகளை ஏற்படுத்தின. சிலர் ஆத்திரமடைந்தனர். உணர்ச்சி கொந்தளிக்க வார்த்தைகளைக் கொட்டினர். காலம் கடக்கக் கடக்க நிதானம் ஏற்பட்டது. இப்பொழுது உறவு புதுப்பிக்கப் பட்டு வருகிறது. ஒடுக்கப்பட்டோரின் விடுதலையிலும் மாற்றுச் சமுதாயப் பணியிலும் பலரையும் ஈடுபடுத்துவதே எம் குறிக் கோளாயிருப்பதால் எம் வாழ்வில் உருவான மேகமூட்டங்கள் எல்லாம் கலைந்துபோகும் என்றே எண்ணுகிறோம்.

ஒருங்கிணைந்த விடுதலைக்காக உண்மையாகச் செயல்படு வோருடன் உறவின் வட்டம் விரிவடைந்துகொண்டிருக்கிறது. சமுதாயத்தைக் கலக்கி, புரட்டி, புதிய சமுதாயத்திற்கு வித்திடும் மண்டேலா, அம்பேத்கர், பெரியார் போன்றோரும் சரித்திர நாயகனாகிய இயேசுவும் ஆதிக்கிறிஸ்துவ இயக்கமும் எங்களுக்கு முன்மாதிரிகளாக சக்தியூட்டும் ஊற்றாக உள்ளன.

‘பாரசூட்டில்’ அந்தரங்கத்தில் பறப்பதுபோல் துறவு வாழ்வில் மண்ணில் கால்பதிக்காமல் இருந்த எனக்குச் சொந்த மண்ணில், வேர்களும் விழுதுகளும் பாய்ச்சி எம் மக்களோடு வாழத் தரை இறங்கியது போல் இருக்கிறது இப்பொழுது. எம் மக்களின் சலனங்களையும் சந்தோஷங்களையும் என் காதுகள் தொடர்ந்து கேட்கின்றன. என் கண்கள் தொடர்ந்து பார்க்கின்றன. என் இதயம் தொடர்ந்து உணர்கிறது. என் நாக்கு எம் மக்களுக்காகப் பேசுகிறது. என் கை எம் மக்கள் விடுதலைக்காக எழுதுகிறது. தொடர்ந்து கலங்கும் மனம், துலங்கும் தலித் விடுதலை.

பின்னிணைப்பு

முன்னுரை

"கலக்கல்" அது என்னங்க? யார், யாருக்காக எழுதியது? ஏன், எப்படி எழுதப்பட்டுள்ளது? இதைக் கையிலே எடுத்துள்ளவர்கள் எங்கே அமர்ந்து வாசித்தால் உணர்ச்சி கலந்த புரிதல் ஏற்படும்?

இதை எழுதிய பெண்மணி ஒரு தலித். தலித் விடுதலைக் காகப் போராடிய ஒரு புலிக்குப் பிறந்தவள். கிறிஸ்துவச் சூழலில் கல்வி கற்று, ஆசிரியையாகி, பெண் துறவுச் சபையில் சேர்ந்து, அங்குள்ள ஒவ்வொரு பொறுப்பிலும் ஒரு ஏணியில் ஏறுவதுபோல் ஏறிப் பொறுப்பேற்றவர். மேலைநாட்டு மாடிக்குச் சென்று சமூகத்தை உற்றுநோக்கியவர். பிறகு ஒன்று ஒன்றாகக் களைந்து மெல்லமெல்ல இறங்கி மிகவும் பின்தங்கிய நிலையில் தள்ளப்பட்டுள்ள தலித் மக்கள் வாழும் இடத்தை அடைந்துள்ளவள். இவர் ஏறிச் செல்லும் போதும், இறங்கி வரும் போதும் இதயத் துடிப்பில் ஏற்பட்ட அதிர்வுகளை எழுத்தாக வடித்துள்ளார்.

தலித் மக்களுக்காக எழுதியுள்ளார். அவர்களுக்காகக் கண் கலங்குவோர், அவர்கள் நிலைகண்டு இரத்தத் துடிப்பை உணர்வோர் - இவர்களிடம் தாம் கண்டதையும் கேட்டதையும் உணர்ந்ததையும் கூறுகிறார். இவர்களும் "கலக்கல்" பணியில் ஈடுபட வேண்டுமென்று எழுதியுள்ளார்.

பரிசு, பதக்கம், பாராட்டு என ஆதிக்கவர்க்கம் காட்டும் மாயையான ஆசைப் பழத்திற்காக எழுதுவோர் பலர். அவர்கள் காயப்படாமல் எவரையும் காயப்படுத்தாமல் எழுதுவோர் பலர். ஆனால் "கலக்கல்" படைக்கப்பட்டுள்ள காரணம் அடி மட்ட மக்கள் ஆர்ப்பரித்து எழுவதற்காகவே!

கலக்கல் ஒரு பணி. சமூகத்தின் உயிர்நாடியான "மனிதத்தை"க் காக்கும் பணி. மறைக்கப்பட்ட உண்மைகளை ஒடுக்கப்பட்ட மக்களுக்குப் பாய்ச்சி விடுதலைக்காகப் போராடச் செய்யும் பணி. இதைத்தானே இன்று மண்டேலாவும், அம்பேத்காரும், அன்று இயேசுவும், இறைவாக்கினர்களும் செய்துவந்தார்கள். அதனால் புதிய சட்டம் இயற்றப்பட்டது. புதிய அரசு அமைக்கப் பட்டது. புதிய சகாப்தம் தொடங்கியது.

இன்று கோடான கோடி மக்கள் திட்டமிட்டபடி சமூக வீட்டிலிருந்து வெளியே தள்ளப்படும்போது பலரும் "கலக்கல்" பணியில் ஈடுபட வருக! என இந்த ஏடு அழைக்கிறது. சமூகத்தின் ஒவ்வொரு துறையிலுமுள்ளோர்—ஒடுக்கப்பட்டோர்—தந்தி ரமாக ஓரங்கட்டப்படும் உண்மைகளை வெளிக்கொணர வேண்டும். அது இன்றைய அநீத சமூக அமைப்பைக் கலக்கும்; கவிழ்க்கும். ஒடுக்கப்பட்டோருக்குப் புதிய சமூக அமைப்பை உருவாக்கும். உதயமாக்கும். சமூக மேல்மண்ணைக் கீழும், கீழ் மண்ணை மேலுமாகப் புரட்டும் ஓர் உழவுச் செயல்தானுங்க "கலக்கல்".

இருளும் முள்ளும் வறுமையும் வறட்சியும் பின்னிப் பிணைந்த ஒரு தலித் கிராமத்தில், காலனியில், சேரியில் அமர்ந்து இந்த ஏட்டை வாசித்துப்பாருங்கள். இதயம் புதிதாய் முணுமுணுப்பதை உணரலாம்.

10-3-94 **சந்திரன்**

வாழ்த்துரை

'ஜீவநதி'த் தொடரில் இரண்டாவது "ஊற்று" ஆக வெளி வருகின்றது கலக்கல் என்ற இந்நூல். தலித் மண்ணில் பிறந்து வளர்ந்து வேற்று மண்ணில் நடப்பட்டு முழுமையாக வேரூன்றாத நிலையில் மீண்டும் சொந்த மண்ணுக்கே திரும்பி தனது மக்களிடையே தங்கி விழிப்புணர்வுப் பணிசெய்துவரும் விடிவெள்ளி அவர்களின் வாழ்க்கை வரலாற்றைக் கூறுகின்றது இந்நூல்.

தந்தை செய்த அறப்போராட்டத்தோடு தொடங்கி துணைவர் சந்தனத்தோடு ஆற்றிவரும் அர்ப்பணப் பணியோடு முற்றுப் பெறுகிறது இந்நூல், சமுதாயத்தையும் சமய நிறுவனங்களையும் விமர்சனத்திற்குட்படுத்தி அவற்றிலுள்ள மக்கள் விரோத மரபு களைக் கண்டனம் செய்து எல்லோரும் இன்புற்றிருக்க வழி காட்டுகிறார் நூல் ஆசிரியர்.

இலட்சிய வாழ்விற்கு வழிகாட்டும் பொழுது விவாதத்திற் குரிய பல எதார்த்தங்களையும் துணிவோடு எடுத்துக்காட்டுகின்ற நிர்ப்பந்தம் எழுவது இயற்கையே. திறந்த மனதோடு வாசிக்கும் நல்ல மனதுள்ள அன்பர்கள் அனைவரும் ஆசிரியரது விமர் சனங்களை விரும்பி வரவேற்பார்கள். அவற்றின் வழி பயன் பல பெறுவார்கள் என நம்புகிறேன்.

கிறிஸ்தவ சபையிலுள்ள குறைகளையும் வாய்ப்புகளையும் தலித், பெண், துறவியென்ற மூவகைக் கண்ணோட்டத்திலிருந்து தெளிவாக எடுத்துக் கூறுகின்ற ஆசிரியர் விடிவெள்ளியின் முயற்சி வெற்றிபெற வாழ்த்துகிறேன்.

துப்புரவாக்கப்பட்ட திருச்சபை மட்டுமே தலித் மக்களின் உரிமை வாழ்விற்கு உரிய சூழலை உருவாக்க இயலும் என்றஉண்மை இந்நூலின் வழி நமது உள்ளங்களில் ஆழமாகப் பதியட்டும்.

22-3-94
மதுரை

முனைவர் மி. ஜெயராஜ்
இயக்குநர்
சமுதாய சிந்தனை செயல்
ஆய்வு மையம்.

அணிந்துரை

'கலக்கல்' நூலின் கையெழுத்துப் பிரதியை ஒரே மூச்சில் படித்து முடித்ததும். ஒருவிதமான பதட்டம் ஏற்பட்டது. ஒரே சமயத்தில் பல எதிர்வினைகள் தோன்றின. இந்தச் சிறு நூலில் துறவு. துறவியர், துறவு நிறுவனம், மத நிறுவனம், அமுக்கப்பட்ட பாலியல் ஆகியன பற்றிய நடுநிலையான ஆய்வும், கூடவே இவை பற்றிய தலித்திய நோக்கும், விமர் சனமும் அப்பட்டமாக வெளிப்பட்டுள்ளன. உளவியல் நோக் கோடு சமூகப் பார்வையையும் இதில் காணமுடிகிறது. இயல் பான வாழ்க்கை நடத்தும் மக்களுக்கு, கிறித்தவத் துறவு நிறுவனங்களில் நடைபெற்றுக்கொண்டிருக்கிற கொடூரமான விசயங்களை முதன்முதலாக அதிகாரப்பூர்வமாக இந்தச் சிறு நூல் எடுத்துக்காட்டுகிறது, சற்று அதிர்ச்சியாக இருக்கிறது.

மற்றெல்லாச் சமய நிறுவனங்களைப் போலவே கிறித்தவ மத நிறுவனமும், தொடக்க காலத்தின் புரட்சித் தன்மையை இழந்து புரோகிதத் தனத்தையும், ஆதிக்க வன்முறையையும் கொண்ட கேந்திரமாக ஆகியுள்ள எதார்த்தத்தை இந்நூலாசிரியர் விடி வெள்ளி அவர்கள் கச்சிதமாகக் கூறியிருக்கிறார்.

இந்நூலில் பதிவாகியுள்ள ஓர் உண்மை பலருக்கும் ஒரு படிப்பினையாக உள்ளது. ஒடுக்கப்பட்ட உரிமை மறுக்கப் பட்ட அதனால் உடைமைகள் பறிக்கப்பட்ட மக்களின் விடு தலைக்கும் - அதற்கான போராட்டத்திற்கும் - மத நிறுவனத் திற்கும், துறவு நிறுவனத்திற்கும் இடையில் யாதொரு சம்பந்தமும் இருக்கவே முடியாது என்ற உண்மை ஆணித்தரமாகச்

சொல்லப்பட்டிருக்கிறது. மனித இயற்கைக்கும், இந்தத் துறவு வாழ்க்கைக்கும் இடையில் மாபெரும் பிளவு இருப்பதே இதற்குக் காரணம் என்பதை ஆசிரியர் பலபடியாகக் கூறி நிறுவியுள்ளார்.

எவை எவற்றின் காரணமாகவோ துறவுக்குள் சிக்கிக் கொண்டவர்கள் பல்வேறு வழிகளில் தங்களிடம் ஏற்பட்டுப் போன மன ஊனங்களைச் சரிசெய்து கொள்ளுகிறார்கள். பணம், பதவி, புகழ், அதிகாரம் ஆகியவற்றில் தங்களை ஈடுபடுத்து கிறார்கள் சிலர். இவர்கள் பெரும்பாலும் நடுவயதைக் கடந்த வர்கள். மூத்தவர்கள், இளையவர்கள் விகாரமான பாலியல் சுகம், மதுபானம், அதிகாரத்தில் உள்ளவர்களைத் திருப்தி செய்தல். மலிவான சிந்தனை, பேச்சு. ஈனத்தனமான அரசியல் முதலியவற்றில் தாங்கள் இழந்துபோனவற்றை ஈடுகட்ட முனை கிறார்கள்.

சிலர் துறவு, மத நிறுவனம், பதவி, பாதுகாப்பு சமூக அந்தஸ்து ஆகியவற்றை தங்களுடைய சாதி, உறவுக்காரர்களின் ஈடேற்றத் திற்காகப் பயன்படுத்துகிறார்கள். ஆமைகளைப் போல இவர்கள் துறவு, சமயம் என்ற கவசங்களை அணிந்துகொண்டு செயல் படுகிறார்கள் என்று ஆசிரியர் சரியாக இனம்கண்டுள்ளார்.

துறவில் நுழைந்தாலும் அங்கும் சாதி, பொருளாதாரம், பால் (Sex) முதலிய அடிப்படைகளில் ஆண்களும், பெண்களும் செயல்படுவதை இந்நூல் அறிவுப்பூர்வமாக அலசியுள்ளது. பெண் துறவிகளை ஆண் துறவிகள் ஆணாதிக்க நோக்கில்தான் நடத்து கிறார்கள் இவர்கள் எந்தவிதத்திலும் இதர சாமானிய குடும் பத்தார்களைவிட மேம்பட்டவர்களாக இல்லை, பார்க்கப் போனால் உளவியல், பாலியல், ஆகியவற்றில் ஊனப்பட்ட வர்களாக அரூபத்தைப் புணர்பவர்களாக, மானசீகத்தோடு மல்லுக்கட்டுபவர்களாக இருப்பதனால் விகற்பமான மாந்தராக வாழ நேர்ந்திருக்கிறார்கள். ஆசிரியர் கூறுவதைப்போல சிறைக் கைதிகளைப் போல ஆகியிருக்கிறார்கள்.

பெண் துறவிகள் படும் சித்திரவதைகளை இந்த நூலில்தான் முதன்முறையாகப் பார்க்கமுடிகிறது. ஆண் துறவிகள் சிலரின்

பாலியல் சீண்டலுக்கும், மூத்த பதவியிலுள்ள சில பெண் துறவிகளின் கட்டாயத்தன்பால் புனர்ச்சிக்கும், விரக்தி, தனிமை ஆகியவற்றிற்கும் உட்படுத்தப்படுகிற இளம் பெண் துறவிகளின் அவலத்தை அறிகிறபோது இந்தக் கொடுமை வெளி உலகில் உள்ளதைவிடப் பயங்கரமாகக் காணப்படுகிறது.

திட்டமிட்டு அவதூறு ஏற்படுத்துவது, ஆள்பிடிப்பது, சரியான நபர்களைத் தனிமைப்படுத்துவது, தலித் துறவிகளைக் கேவலப்படுத்துவது, தலித்துகள் பெயரைச் சொல்லி வெளி நாட்டிலிருந்து பணம் பெற்று அதனை நிறுவனத்தின் சொத்தாக மாற்றுவது. அதனைப் பதவிகளில் உள்ள ஆதிக்கசாதித் துறவிகளும், அவர்கள் சொந்தக்காரர்களும் அனுபவிப்பது முதலான மனித விரோதச் செயல்களை ஆசிரியர் அம்பலத்திற்குக் கொண்டு வந்துள்ளார்.

வெளி நாட்டுப் பணத்தைப் பெறுவதற்காக ஐரோப்பிய நாடுகளுக்கு அனுப்பப்படும் மூன்றாம் உலக நாடுகளைச் சேர்ந்த பெண் துறவிகள் அந்த நாடுகளில் அனுபவிக்கும் கொடுமைகளை ஆசிரியர் எடுத்துக்காட்டியுள்ளார். தமிழகத்தில் சாதி ஆட்டம் போடுகிற உயர்சாதிப் பெண் துறவிகள், ஐரோப்பாவில் தலித்துக்களாக நடத்தப்படுவதைப் பார்க்கிறபோது பணம் படைத்த வெள்ளையர்க்கு முன் ஏழை நாட்டு மக்கள் தலித்துக்களே என்ற கசப்பான உண்மை இந்நூல்வழி தெரிகிறது.

இப்படிப் பட்ட துறவிகளால் என்ன செய்ய இயலும் என்ற கேள்வியை முன்வைக்கிறார் ஆசிரியர். குறிப்பாக ஒடுக்கப்பட்ட மக்களோடு இணைந்து உரோம அரசையும் புரோகித யூத மதத்தையும் எதிர்த்துக் கலகம் புரிந்த யேசுகிறிஸ்து உண்டாக்கிய ஆதித் திருச்சபைக்கும் இன்றுள்ள ஆதிக்க வெறிபிடித்த திருச் சபைக்கும் இடையில் ஏற்பட்டுள்ள அகலபாதாளத்தைப் பார்க்கிற போது, யேசு சொன்ன மாதிரி இன்றைய திருச் சபை கள்வர்களின் கூடாரமாகிவிட்டதோ என்று எண்ணத் தோன்றுகிறது.

ஆசிரியர், ஐரோப்பிய நாடுகளில், குறிப்பாக ரோமாபுரியில் உள்ள கிறிஸ்தவ ஆலயங்களைப் பற்றியும், அவற்றின் பகுத்தறிவுக்கு

ஒவ்வாத மௌடீகத்தைப் பற்றியும் விளக்குவதைப் பார்த்தால் வியப்பாக இருக்கிறது. போப்பாண்டவர், கர்தினால்கள் ஆகி யோர் சக்கரவர்த்தியாகவும், குட்டி சக்கரவர்த்திகளாகவும் இருப்பதை நக்கலாக ஆசிரியர் கூறுகிறார். யேசு கிறிஸ்து அவர் கால யூதப் புரோகித ஆதிக்கத்தை எதிர்த்துக் கலகம் செய்ததைப் போலவே, இன்று இந்த வெள்ளை இனவெறி, சாதிவெறி, பண அதிகார வெறி, கபடம், வேடதாரித்தனம் ஆகியவற்றின் கோரப்பிடியில் சிக்குண்டுப்போன புரோகிதத் திருச்சபையின் ஆதிக்கத்தை எதிர்த்துக் கலகம் புரிவது இன்றியமையாதது என்பதை ஆசிரியர் திட்டவட்டமாகப் பிரகடனம் செய்கிறார். இந்தப் புரோகித மயமான திருச்சபையால் ஒடுக்கப்பட்ட தலித் மற்றும் பிற உழைப்புச் சாதி மக்களை எப்படி மீட்க முடியும்? பெண்களையும் ஒடுக்கப்பட்டவர்களையும் மீட்பதுதான் இறைவன் பணி என்றால், இதைச் செய்வதற்கு இந்தத் துறவி களால் எப்படி முடியும் என்ற நியாயமான கேள்வி நம்முள் எழுகிறது. முதலில் துறவினால் ஊனமடைந்து போனதங் களுடைய வாழ்வைச் சராசரி மனிதன் அளவிற்குக்கூட குணம் படைத்ததாக ஆக்கிக்கொள்ள இயலாத இவர்களால் எப்படி ஒடுக்கப்பட்ட மக்களைத் தீண்டாமை, அறியாமை, வறுமை, வன்முறை ஆகியவற்றிலிருந்து விடுவிக்க முடியும் என்ற வினாவை ஆசிரியர் எழுப்புகிறார். இந்தக் கேள்வியை இன்று தலித்துகளால்தான் கேட்க முடியும். பெண்களால்தான் கேட்க முடியும். ஆசிரியர், தலித் பெண்ணாக இருப்பதால் இந்தக் கேள்வியை எழுப்புகிறார். அதிலும் தலித்துக்களின் அமைப்பைக் கட்டி எழுப்ப முயன்ற ஒரு தலித் தந்தையின் புதல்வியாக இருப்பதால் இந்தக் கேள்வியை ஓங்கி எழுப்புகிறார். மன சாட்சியுள்ள ஒவ்வொரு கிறிஸ்தவத் துறவியும் இதற்குப் பதி ல் சொல்லியாக வேண்டும். 'கருக்கு' சுயசரிதை நாவலில் ஆசிரியர் 'பாமா' அவர்கள் சிறகொடிந்த பறவையாக சபையைவிட்டு வெளியேறி வேதனையில் துடிப்பதைப்போல இவர் துடிக்க வில்லை. தகுந்த ஆணின் நட்போடு இணைந்து தலித் கிராமங் களில் பணிபுரிவதோடு தம்மைக் கரைத்துக்கொண்டிருக்கிறார்.

இந்த ஆசிரியர்களைப் போல இன்னும் பலர் குமுறிக் கொண்டுதான் இருக்கிறார்கள். ஒடுக்கப்பட்ட மக்களின் மீட்சி தான் இறைப் பணி என்பதை முழுமையாக ஏற்று அதற்காகச் செயல்படுகிறவர்கள் இன்னமும் துறவுச் சபைகளில் இருக்கத் தான் செய்கிறார்கள். திருச்சபையின் புரோகித அதிகாரம் என்ன செய்யப்போகிறது? திருந்தும் என்று தோன்றவில்லை. களை எடுப்பதில் அக்கறை செலுத்தும். ஏனெனில் அது, ஒடுக்கப்பட்ட மக்களுக்காக குரல்கொடுத்த யேசு கிறிஸ்துவை மீண்டும்மீண்டும் சிலுவையில் அறைந்து கொலைசெய்துகொண்டே இருக்கிறது. அது மேய்ப்பனாக இருப்பதற்குப் பதிலாகக் கசாப்புக் கடைக்காரனாக இருக்கிறது. வெள்ளையடிக்கப்பட்ட கல்ல றையும், விரியன் பாம்புக் குட்டிகளும் எங்கே இருக்கின்றன என்பதை ஆசிரியர் அகவயமாக அன்றிப் புறவயமாக அடை யாளம் காட்டியுள்ளார்.

இந்நூலில் ஒரு சில குறைகள் இல்லாமல் இல்லை. இவற்றிற்குக் காரணங்கூட இவருடைய துறவுக் கால வாழ்வில்தான் இருக் கிறதாகப் படுகிறது. ஆங்கிலம் கலந்த ஒருவித விதேசிக் கலாச் சாரத்தில் பல்லாண்டுகளாக வாழ்ந்திருக்கிறார். இதனால் உணர்ச்சி கரமான, இயல்பான தமிழ்நடை இவரிடம் வலுவாக உருப் பெறவில்லை. உணர்ச்சிகரமாகச் சொல்லவேண்டியவற்றை அறிவுப்பூர்வமாகச் சொல்லுகிறார். இருந்தபோதிலும், ஆங் காங்கே உணர்ச்சி கலந்து சுவைபட விவரித்துள்ளார். முதல் முறையாகத் தமிழில் இவர் எழுத நேர்ந்திருப்பதால் இந்தக் குறைபாடு ஏற்பட்டு விட்டதாகக் கருதலாம்.

'பாமா' அவர்களின் 'கருக்கு' நூலுக்கு அடுத்து வெளிவருகிற இந்தக் 'கலக்கல்' அவர் கூறுவதைப் போல முத்துக்களையும், மீன்களையும் வாரி வழங்கியிருக்கிறது. ஆனால் தலித்துக்களுக்கு எதிரானவர்களுக்கு இது சேற்றை வாரி இறைத்திருப்பதாகத் தோன்றலாம். ஆத்திரமும், ஆங்காரமும் வரலாம். அன்று யூதப் புரோகிதர்களுக்கும் இப்படித்தான் வந்தது. வருவதுதான் நல்லது. அது இந்த நூலின் வெற்றியை அளக்கும் அளவுகோலாகும்.

இறுதியாக ஒரு விசயம். இந்த நூல் பெரும்பான்மை இந்து வகுப்புவாதச் சூழ்நிலையில் வெளிவருகிறது. சிறுபான்மை கிறித்தவ திருச்சபை என்ற நிறுவனத்தின் புரோகித இறுக்கத்தை, அதன் கோளாறுகளை வெளிப்படுத்துகிற போது, இரண்டு எதிர்வினைகள் வரலாம். ஒன்று இந்து வகுப்புவாதம், சிறு பான்மை வகுப்பாரைக் குறிவைத்துத் தாக்குவதற்கு இந்நூல் துணை போகலாம். இரண்டு எந்தத் திருச்சபையை எந்தக் குறிக்கோளிலிருந்து விடுவிக்க ஆசிரியர் முனைகிறாரோ, அதற்கு நேரெதிராக திருச்சபை மேலும்மேலும் இறுக்கமடையலாம், கலகக்குரல்கள் நெறிக்கப்படலாம். ஏனெனில் இந்துப் பெரும் பான்மை வகுப்புவாதத்தைத் தாக்குப் பிடிக்க, சிறுபான்மை நலனைப் பாதுகாக்க அது மேலும்மேலும் இறுக்கமடைவதை ஒரு நியாயமாக, பாதுகாப்பு நடவடிக்கையாகக் கூறக்கூடும்.

இந்நூலில் நிறுவனத்தின் தலித் விரோதப் போக்கை எடுத்துக் காட்டுவது சரியான திசையிலான விமர்சனமாகும், 'கருக்கு' நூலில் தலித்தியப் பார்வையிலான விமர்சனம் இருந்தது. ஆனால் இந்நூலில், தலித்தியப் பார்வையோடு, இந்துத்துவ பெரும்பான்மை வகுப்புவாதம் மகிழ்ந்து பயன்படுத்திக் கொள்ளத் தக்க சமகால அரசியலைக்கணக்கில் எடுத்துக்கொள்ளாத தனிப் பட்ட பார்வையும் காணப்படுகிறது.

இந்தியத் திருச்சபையைத் தலித் நிலைப்பாட்டிலிருந்து மட்டுமே தாக்குதலை மேற்கொள்ளுவது இன்றைய அரசியல் விவேகமாகும். அதுவே எதார்த்தமும் ஆகும். துறவிகள், கன்னி யர்கள், ஆயர்கள் தவறு செய்கிறார்கள் என்பதைப் பொத்தம் பொதுவாகக் கூறாமல் தலித்துக்கு எதிராக என்ன செயல் புரிகிறார்கள் என்பதையே கவனப்படுத்த வேண்டும். அன்னார் களுடைய தனிமனித பலவீனம், குறைகள், சபலங்கள் முதலான வற்றை வெளிச்சம் போட்டுக்காட்டுவது எதிர்பார்க்கும் பலனைத் தராது.

ஏனெனில் இந்திய சூழலிலே இந்து வகுப்புவாதத்திற்கு எதி ரணியில் கிறித்துவ, இசுலாமியச் சிறுபான்மைகளும், தலித்

மக்களும், பிற்படுத்தப்பட்ட மக்களும் நின்றுகொண்டிருக்கின்றன. இந்தப் போராட்ட வியூகத்தில். சுயபலவீனங்களை, முரண்பாடுகளை வெளிச்சமிட்டுக் காட்டுவது சரியாக இருக்குமா? திருச்சபை தலித் திருச்சபையாக மாறுவது, மாற்றுவது இந்தப் பெரும் போராட்டத்திற்கு அவசியமாகும். வேறு விதமாகத் திருச்சபையைத் தாக்குவதால் பெரும்பான்மைக்கே இலாபம். இந்தக் கவலையைத் தெரிவித்துக்கொண்டு இந்நூல் பற்றிய விமர்சனத்தை முடிக்கிறேன்.

பாண்டிச்சேரி 5-3-94 ராஜ்கௌதமன்

என்னுரை

ஆட்டுக் குளத்தைச் சுற்றி ஐந்து மண்டபங்களில் நோயாளிகள் படுத்துக்கிடந்தார்கள். அக்குளத்தை ஆண்டவருடைய தூதர் கலக்கும்போது அதில் இறக்கப்படும் நோயாளி குணமடைவதாக விவிலியம் குறிப்பிடுகிறது (அரு.*5:1-9*). இன்றைய சமூகக் குளத்தைச் சுற்றிப் பொருளாதாரம், அரசியல், சமூகம், சமயம், கலாச்சாரம் என்னும் மண்டபங்களில் தலித் மக்கள், தமிழ் மக்கள் தாக்கப்பட்டவர்களாக வீழ்ந்து கிடக்கிறார்கள். இந்தச் சமூகக் குளத்தைப் புரட்சியாளர்கள் கலக்கும்போதுதான் முடமாய்க் கிடக்கிறவர்களுக்குப் புதுவாழ்வு உதயமாகும்.

குளத்தைக் கலக்கும்போதுதானே சேற்றில் புதைந்துகிடக்கும் முத்துக்களும் உயர் ரக மீன்களும் கைக்குக் கிடைக்கின்றன! அவ்வாறே அநீத சமூகக் குளம் கலக்கப்படும் போதுதான் மறைக்கப்பட்ட உண்மைகள் வெளியேவரும். அவைகள்தான் மக்களை விழித்தெழச் செய்யும். அந்த விழிப்புணர்வுதான் விடுதலைக்கு வித்திடும். இந்தக் கண்ணோட்டத்தில் இந்த ஏட்டிற்குக் ‘கலக்கல்’ என்னும் பெயர் சூட்டப்பட்டுள்ளது.

இந்தக் கலக்கல் பணியைச் செய்கிறவர்கள் இறைவாக்கினர்களாக இருந்திருக்கிறார்கள். சமுதாயத்தால் ஒடுக்கப்பட்டவர்களும் சமூக விடுதலையைத் தேடுபவர்களும் தானே இப் பணியைச் செய்யமுடியும். அப்பணியின் சிறுமுயற்சியாக இந்த ஏடு எழுதப்பட்டுள்ளது. தலித்மக்கள், குறிப்பாக தலித் பெண்கள், சமூக, சமய சுழற்சியில் மீண்டும் சிக்கிக்கொள்ளாமல் விடுதலை வாழ்வு பெறவேண்டுமென்னும் ஆவலோடு என் அனுபவங்களை எழுத்தாக வடித்துள்ளேன்.

அடிமட்ட மக்களின் ரணங்களைக் கண்டு கொதித்தெழுந்து களத்தில் புகுந்து போராடும் மக்கள் இயக்க வீரர்கள் ஆதிக்க வர்க்கத்தை மடமடவெனத் தாக்கத் தயங்குவதில்லை. அவ்வாறு கூனிக்கிடக்கும் தலித் மக்களை நிமிர்ந்து போரிடச் செய்துவிடுகிறார்கள். ஆனால் அறிவாளி கலாச்சார வலைக்குள் சிக்குண்ட பலர் பல்வேறு பயம் கவலைக்குள் மாட்டிக்கொள்வதை நான் பலமுறை உணர்ந்துள்ளேன், இதனால் மக்களை விடுவிக்கும் எவ்வளவோ உண்மைகள் சவக்குழியில் புதைக்கப்பட்டுள்ளன.

“உண்மை உன்னை விடுவிக்கும்” என்றார் இயேசு. அந்த “உண்மை”யை உயிர்த்தெழச் செய்யவேண்டியது நம் கடமை. “உண்மை”யைக் கண்டுகொண்ட பிறகு பொய்யெனத் தெரிந்த அன்றைய மதத்தை, சடங்கு சம்பிரதாயங்களை ஆதித் திருச்சபையில் வாழ்ந்த பவுல் அடியார் உரித்தெறியவில்லையா! அவைகளைப் பற்றிக்கொண்ட முதல் திருத்தந்தை இராயப்பரையே காரசாரமாகச் சாடவில்லையா! “உண்மை”க்கு எதிராக தீண்டாமையைப் பின்பற்றிய அப்போஸ்தலர்களை தர்க்கத்துக்கு இழுக்கவில்லையா! அதன் பிறகு தானே உருப்படியான ஆதித் திருச்சபை இயக்கமே வேர்பிடிக்க ஆரம்பித்தது.

நான் இந்த ஏட்டில் குறிப்பிட்டிருப்பதில் ஒன்றுகூட கட்டுக்கதையல்ல. கண்டதையும் கேட்டதையும் குறிப்பிட்டுள்ளேன். தனிமனிதர்களின் குறைகளைக் சுட்டிக்காட்ட வேண்டுமென்ற எண்ணம் ஒரு துளியும் எனக்கில்லை. மாறாக, அவர்கள் வாழும் நிறுவனங்களும் அமைப்புகளும் தனிமனிதர்களை எப்படியெல்லாம் பாதிக்கிறது என்பதையே பகிர்ந்துகொள்கிறேன். அவைகள் தலித் மக்களின் விடுதலை வேகத்தோடு தங்களை இணைத்துக் கொள்ளத் தயங்குவதையும், பல நேரங்களில் தடையாக இருப்பதையும் சுட்டிக்காட்டுவதே என் குறிக்கோள்.

என் அனுபவ விதைகளை நாற்றுக்களாக வளர்க்க வாய்ப்பை உருவாக்க, களைகளை அகற்றி கருத்து உரமூட்டியவர்கள் இயேசு சபைத் தோழர்கள் மதிப்பிற்குரிய மிக்கேல் ஜெயராஜ்,

மாற்கு, அந்தோணிராஜ் ஆகியோர். என் எண்ணங்களையும் உணர்வுகளையும் பண்படுத்தி, அவற்றுக்கு அத்தியாய பாத்தி கட்டி, செழிப்பான பயிராக்கியவர் என் வாழ்க்கைத் துணைவர் சந்தனச் சந்திரன் அவர்கள். 'கலக்கல்' விரைவில் வெளிவர உற்சாகப்படுத்தியவர்கள் பல தோழர்கள். எம் இந்த படைப்பின் தரம் என்னவென்று உறுதிபடச் சொல்லி அணிந்துரை வழங்கி யவர் முனைவர் ராஜ்கௌதமன் அவர்கள். எம் எழுத்துக்களுக்கு மெருகூட்டியவர் முனைவர் அந்தோணி குரூஸ் அவர்கள், எழுதியவைகளைத் தட்டெழுத்தாக்கியவர் கிளாரா. அதை அச்சேற்றியவர்கள் விஜயா அச்சகத்தார். இவர்கள் அனைவருக்கும் எனது நெஞ்சார்ந்த நன்றி.

தலித் மக்களின் விடுதலைக்குக் கலங்கரை விளக்கமாக விளங்கும் 'ஐடியாஸ்' (IDEAS) மையம் இந்த ஏட்டைத் துணி வுடன் வெளியிட முன்வந்தது. இவர்கள் ஒவ்வொருவருக்கும் என் இதயப் பூர்வமான நன்றியைச் சமர்ப்பிக்கிறேன். கூட்டு முயற்சியோடு "கலக்கல்" பணி தொடரட்டும்!

15-3-94 **விடிவெள்ளி**

ஆசிரியர் குறிப்பு

விடிவெள்ளி (1947) இயற்பெயர் மேரி ஸ்டெல்லா. இறையியலில் இளங்கலைப் பட்டம் பெற்றவர். பத்து வருடங்கள் சென்னையில் ஆசிரியராகப் பணியாற்றினார். பிறகு சமூகச் செயற்பாட்டாளராகப் பணியாற்றினார். கணவர் பெயர் சந்தானம், மகன் பூபால் ராஜ். தற்போது சென்னைக்கு அருகில் படப்பையில் வசித்துவருகிறார்.